AF519205

**ப.சரவணன்**

தமிழ் இலக்கியத்தில் முனைவர் பட்டம் பெற்றவர். பொதுவாசிப்புக்கு உரிய நாவல்கள், சிறுகதைகள், கவிதைகள், வரலாறுகள் போன்றன சார்ந்து 75க்கும் மேற்பட்ட புத்தகங்களை எழுதியுள்ளார். இவர் 'மேகன்' என்ற புனைபெயரிலும் 'டாக்டர் ப.சரவணன்' என்ற பெயரிலும் எழுதி வருகிறார்.

கல்லூரியில் தமிழ் இலக்கியம் பயின்றதால் மரபார்ந்த தமிழ் இலக்கியத்தின் மீது ஈடுபாடு கொண்டிருந்தார். பின்னர், எழுத்தாளர் ஜெயமோகனின் எழுத்துகளின் வழியாக நவீனத் தமிழ் இலக்கியத்தின் மீது விருப்பம் கொண்டு, விரிவாக வாசிக்கத் தொடங்கினார். தொடர்ந்து விமர்சனக் கட்டுரைகளை எழுதினார்.

'சொல்புதிது' சிற்றிதழ், 'மருதம்' இணைய இதழ் ஆகியவற்றில் சிலகாலம் பணியாற்றினார். தொடர்ந்து சில இலக்கியக் கூட்டங்களை மதுரையில் நடத்தினார். தற்போது 'தமிழ் விக்கி'யின் கல்வித்துறை சார்ந்த ஆசிரியர் குழுவில் உள்ளார்.

நவீனத் தமிழ்ப் படைப்புகளின் மீது மரபார்ந்த தமிழ் ரசனை சார்ந்த விமர்சனங்களை முன்வைத்தவர் என்ற முறையில் இவர் தமிழ் இலக்கியப் பெரும்பரப்பில் அடையாளம் காணப்படுகிறார்.

இவர் பெற்றுள்ள விருதுகள்

*1. செந்தமிழ்த் திலகம் விருது – ஜூலை 23, 2011*

*2. இலக்கியச் சுடர் விருது – ஜூலை 21, 2012*

*3. எழுத்துலகத் தேனீ – 2022*

# இடி அமின்

ப.சரவணன்

இடி அமின்
- ப.சரவணன் ©

சுவாசம் பதிப்பகம்

Idi Amin
by P.Saravanan ©

ISBN: 978-81-19550-71-5
Title Number: Swasam 155

First edition: May 2024

Published by:
Swasam Pathippagam,
An imprint of Swasam Publications Private Limited,
52/2, Near B.S Mahal,
Ponmar,
Chennai, Tamil Nadu – 600127
Email: swasam.publications@gmail.com

Printed by: Adyar Students Xerox, Chennai – 600 002

To buy the book: Swasam Bookart - +91-8148066645

Website: https://www.swasambookart.com/

# உள்ளே...

# 1. பயங்கரவாதத்தின் தொடக்கம்

இடி அமின் (Idi Amin), 1971ம் ஆண்டு உகாண்டாவில் ராணுவப் புரட்சி மூலம் அப்போதைய பிரதம மந்திரியான 'மில்டன் ஒபாடே' (Apollo Milton Obote) என்பவரின் ஆட்சியைக் கவிழ்த்து அதிபராக அதிகாரத்திற்கு வந்தார். 1971லிருந்து 1979 வரை உகாண்டவை இரும்புக் கரம் கொண்டு ஆட்சி செய்த இடி அமினின் ஆட்சியில் நடந்த காட்டுமிராண்டித்தனம், மனித உரிமை மீறல்கள், ஒழுங்கற்ற நடத்தை போன்ற நடவடிக்கைகளால் அவர் இன்றும் ஆப்பிரிக்க வரலாற்றில் மிகவும் மோசமான சர்வாதிகாரிகளில் ஒருவராகக் குறிப்பிடப்படுகிறார்.

இடி அமினின் ஆட்சிக்கு முன்னர் உகாண்டா பல குறுநில மன்னர்களால் ஆளப்பட்ட தனித்தனிப் பகுதிகளாக இருந்தது. உகாண்டா அந்தக் காலங்களில் ஓரளவு செழிப்பான பூமியாகவே இருந்தது. காபி, பருத்தி, தேயிலை போன்றவை நல்ல உற்பத்தியைக் கொண்டிருந்தது. ஆனால் உகாண்டாவில் ஒருமித்த நிர்வாகம் இல்லாததால் இந்த வளங்களைச் சரியான முறையில் நிர்வகித்து அதன் மூலம் நாட்டை முன்னேற்றப் பாதையில் கொண்டுசெல்ல முடியவில்லை. நாட்டின் இந்தக் குழப்பமே பொ.யு.19ம் நூற்றாண்டின் பிற்பகுதியில் பிரிட்டிஷாரின் வருகைக்குக் காரணமானது. பிரிட்டிஷ் அரசு உகாண்டாவை காலனித்துவ ஆட்சியின்கீழ் கொண்டுவந்தது.

அப்போது முதல் உகாண்டாவின் பொருளாதார நிலைமை, வெளிநாட்டுச் சக்திகளை, குறிப்பாகப் பிரிட்டிஷாரை சார்ந்திருக்க ஆரம்பித்தது. காலனித்துவக் காலத்தில் ஏற்றுமதி சார்ந்த பொருளாதாரங்கள் நிறுவப்பட்டன. பாரம்பரிய உள்நாட்டுத் தொழில்களுக்கு முக்கியத்துவம் அளிக்கப்படவில்லை. பெரும்பாலான விவசாய நிலங்கள் மேட்டுக் குடியினருக்குச் சொந்தமானவையாக இருந்தன. அதில் பெரும்பாலானோர் வெளிநாட்டு வம்சாவளியைச் சேர்ந்தவர்கள். பூர்வீக உகாண்டா மக்கள் இந்தத் தோட்டங்களில் அடிமைத் தொழிலாளர்களாக வேலை செய்தனர். ஆங்கிலேயர்கள் மக்களுக்குத் தேவையான உணவுப் பயிர்களைவிடத் தங்களுக்கு லாபம் ஈட்டும் தொழில்களில் மட்டுமே கவனம் செலுத்தினர். இது உகாண்டாவில் உணவுப் பற்றாக்குறைக்கு வழிவகுத்தது. 1950—60களில், உகாண்டா உலகளாவிய சந்தைக்கு ஏற்ற பொருட்களின் ஏற்றுமதிகளால் பயனடைந்தது. இருப்பினும், இந்தப் பொருளாதார செழிப்பு குறுகிய காலத்திற்கு மட்டுமே இருந்தது. பொருட்களின் விலைகளில் இருந்த ஏற்ற இறக்கத்தினால் இது பொருளாதார நிலையின்மைக்கு வழிவகுத்தது.

உகாண்டாவில் காலனித்துவ ஆட்சி உள்கட்டமைப்பு, கல்வி மற்றும் சுகாதாரத்தில் முதலீடு செய்வதன் மூலம் பொருளாதாரத்தைப் பன்முகப்படுத்தும் முயற்சிகளை மேற்கொண்டது. ஆனாலும், இந்தக் கொள்கைகளின் தாக்கம் குறைவாகவே இருந்தது. உகாண்டாவின் பெரும்பான்மையானவர்கள் விவசாயத்தைச் சார்ந்திருந்தனர். பொருளாதாரத்தை மேம்படுத்துவதற்கான முயற்சிகள் இருந்தபோதிலும், ஒட்டுமொத்தப் பொருளாதார நிலப்பரப்பு

பலவீனமானதாகவும் உலகளாவிய பொருளாதார ஏற்ற இறக்கங்களுக்கு ஆளாகக் கூடியதாகவும் இருந்தது.

1925ம் ஆண்டு பிரிட்டிஷ் கட்டுப்பாட்டில் இருந்த உகாண்டாவில் உள்ள ஒரு பிராந்தியமான கொபோகோவில் உள்ள இஸ்லாமியக் குடும்பத்தில் இடி அமின் பிறந்தார். அவரின் தந்தை கக்வா இனக்குழுவைச் சேர்ந்தவர். தாய் லுக்பரா இனக்குழுவைச் சேர்ந்தவர். இடி அமின் பிறந்த சமயத்திலேயே அவரது தந்தை குடும்பத்தை விட்டுப் பிரிந்து சென்றுவிட்டார். தன் அம்மாவுடன் தங்கியிருந்த இடி அமினின் சிறு வயது வாழ்க்கை பல சோதனைகளுடன் கடந்தது. அவர் அவ்வூரின் ஆரம்பப் பள்ளியில் படித்தாலும் அவருக்குப் படிப்பை விட விளையாட்டில்தான் பெரும் ஆர்வம் இருந்தது. இயல்பாகவே இடி அமினுக்கு நல்ல திடகாத்திரமான உடல்வாகு இருந்தது. மேலும் தொடர்ந்து குத்துச்சண்டை, ஓட்டப்பந்தயம் என உடல் தகுதி சார்ந்த விளையாட்டில் ஈடுபட்டதால் நல்ல உடல் வலிமையுடன் இருந்தார் இடி அமின்.

இடி அமினின் இந்த உடல் தகுதியே அவர் ராணுவத்தில் சேருவதற்கு முக்கியக் காரணமாக இருந்தது. கிங்ஸ் ஆப்பிரிக்கன் ரைபிள்ஸ் (King's African Rifles - KAR) என்பது மத்திய 1902ல் தொடங்கப்பட்ட ஆப்பிரிக்க ராணுவப் பிரிவு, உகாண்டா ரைஃபிள்ஸ், கிழக்கு ஆப்பிரிக்க ரைஃபிள்ஸ் எனத் தனித்தனியாக இருந்த படைப்பிரிவுகள் ஒன்றாக இணைக்கப்பட்டு இந்த அமைப்பு உருவாக்கப்பட்டது. இந்தப் படைப் பிரிவு ஆங்கிலேய நிர்வாகத்தினரால் நடத்தப்பட்டதால் இதன் வீரர்கள் ஆங்கிலேயர்களின் சார்பாகப் போர்களில் ஈடுபட்டனர். குறிப்பாக கென்யாவில் அச்சமயம் ஆங்கிலேய ஆட்சிக்கு எதிராக நடந்த மவ் மவ் கலகத்தை ஒடுக்குவதில் (Mau Mau rebellion) கிங்ஸ் ஆப்பிரிக்கன் ரைபிள்ஸ் ஈடுபட்டு பத்தாயிரத்திற்கும் மேற்பட்ட கென்ய மக்களைக் கொன்றது. இந்தப் போரில் கலந்து கொண்ட இடி அமினின் செயல்பாடு ஆங்கிலேய அதிகாரிகளுக்குப் பிடித்திருந்ததால் அவர் கிங்ஸ் ஆப்பிரிக்கன் ரைபிள்ஸில் வேகமாக வளர்ந்தார்.

இடி அமின் ஒரு திறமையான சிப்பாயாகவும், அதே சமயம், கொடூரமான நடவடிக்கைகளை மேற்கொள்பவராகவும் இருந்தார். நீதி விசாரணைகளின்போது அவர் காட்டிய அதிகப்படியான மிருகத்தனத்திற்காகப் பல சந்தர்ப்பங்களில் பணியிலிருந்து தற்காலிக நீக்கம் செய்யப்பட்டார். ஆனாலும் பதவியின் தரவரிசையில் உயர்ந்து, பிரிட்டிஷ் ராணுவத்தில்

பணியாற்றும் ஒரு கறுப்பின ஆப்பிரிக்கருக்குச் சாத்தியமான மிக உயர்ந்த பதவியான 'எஃபெண்டி' (Effendi) எனும் பதவியை அடைந்தார். இடி அமின் ஒரு திறமையான விளையாட்டு வீரராகவும் இருந்தார். 1951 முதல் 1960 வரை உகாண்டாவின் லைட் ஹெவிவெயிட் குத்துச்சண்டை சாம்பியன்ஷிப் பட்டத்தை வைத்திருந்தார்.

கலாசாரங்கள், இனங்கள் மற்றும் சித்தாந்தங்களின் பன்முகத்தன்மை கொண்ட இடமாக கே.ஏ.ஆர் இருந்தது. இது இடி அமினுக்குப் பல்வேறு கண்ணோட்டங்களைத் தரும் இடமாக அமைந்தது. இந்த அனுபவம் அவருக்குப் பிற்காலத்தில் அரசை வழிநடத்தும் திறனைத் தந்தது. கே.ஏ.ஆரில் இடி அமின் ராணுவப் பயிற்சியை மட்டுமல்லாமல், அதிகாரம், ஒழுக்கம், உலகத்தைப் பற்றிய பார்வை ஆகியவற்றை வளர்த்துக்கொண்டார். ஓர் இளைஞனாக, அவர் ராணுவ அமைப்பின் நுணுக்கங்களைக் கற்றுக்கொண்டார். தலைமைத்துவம் மற்றும் அதிகார இயக்கவியல் பற்றிய அவரது புரிதல் மேம்பட்டது.

இதே சமயத்தில் உகாண்டாவில் ஆங்கிலேயர்களுக்கு எதிரான போராட்டம் மெல்ல உருவானது. பிரிட்டிஷாரின் சார்பில் ஆப்பிரிக்க மக்கள் தொடர்ந்து பல போர்களில் பங்கேற்றனர், பல வீரர்கள் உயிரிழந்தனர். ஆனால் அதற்குப் பலனாக ஆங்கிலேய அரசு நமக்கு எந்த நன்மையும் செய்வதில்லை என்ற கருத்து வீரர்களிடையே வேகமாகப் பரவ ஆரம்பித்தது. இதனையறிந்த ஆங்கிலேய அரசு ஆப்பிரிக்கர்களுக்கு அரசிலும் உகாண்டாவின் சில பகுதிகளிலும் முக்கியப் பதவிகளை அளித்துச் சமாதானப்படுத்தியது. கென்யாவில்

ஆங்கிலேயர்களுக்கு எதிரான போராட்டத்தில் பங்கு பெற்ற மில்டன் ஒபாடே (Apollo Milton Obote) உகாண்டாவிற்கு திரும்பி வந்து உகாண்டா தேசிய காங்கிரஸ் கட்சியில் இணைந்தார்.

உகாண்டாவிலும் ஆங்கிலேய அரசுக்கு எதிரான தீவிரப் போராட்டம் ஆரம்பமானது. இந்தப் போராட்டத்தை ஒன்றிணைத்த உகாண்டா காங்கிரஸ் கட்சியை ஆங்கிலேய அரசு கலைத்தது. இதன் காரணமாக ஒபாடே உகாண்டா மக்கள் யூனியன் கட்சியுடன் சேர்ந்து உகாண்டா மக்கள் காங்கிரஸ் என்ற தனிக்கட்சி தொடங்கினார். அப்போது நடந்த நாடாளுமன்றத் தேர்தலில் கபகா யெக்கா என்ற கட்சியுடன் கூட்டணி சேர்ந்து ஒபாடே போட்டியிட்டார். இந்தத் தேர்தலில் ஒபாடே வெற்றிபெற்று உகாண்டாவின் பிரதமராக பதவி ஏற்றார். இதனைத் தொடர்ந்து 1962 அக்டோபர் 9 அன்று உகாண்டா சுதந்திரம் பெற்று குடியரசு ஆனது.

உகாண்டாவின் சுதந்திரம் இடி அமினின் வாழ்விலும் பெரும் மாற்றத்தை ஏற்படுத்தியது. ஏற்கெனவே ராணுவத்தில் சிறப்பாகப் பணியாற்றி வந்த இடி அமின் புதிய ஆட்சியில் பதவி உயர்வு பெற்று மேஜராக ஆனார். இடி அமினின் அதிரடி நடவடிக்கைகள் ஒபாடேவுக்கு நம்பிக்கையளித்தது. இது போன்ற ஒரு அதிகாரிதான் நமக்குத் தேவை என்று உணர்ந்து இடி அமினுக்கு ராணுவத்தில் முக்கியத்துவம் அளித்தார். அச்சமயம் அண்டை நாடான காங்கோவில் நடந்த உள்நாட்டு கலவரத்தை ஒடுக்க இடி அமின் சென்றார். அங்குக் காங்கோ அரசுக்கு எதிராக மலைவாழ் பழங்குடி மக்கள் கிளர்ச்சி செய்தனர். அவர்களுக்கு ஆதரவாக இடி அமின் ஒபாடேவின் ஆணைப்படி செயல்பட்டார்.

மேலும் இந்தக் கிளர்ச்சியை இடி அமின் தனக்குச் சாதகமாகப் பயன்படுத்திக்கொள்ள நினைத்தார். கிளச்சியாளர்களுக்கு ஆயுதங்கள் தேவை. அதனை இடி அமின் ஏற்பாடு செய்து தருவார். ஆனால் அதற்குப் பதிலாக அவர்களிடமிருந்து பெறப் பழங்குடி மக்களிடம் பணம் இல்லை. எனவே இடி அமின் தான் செய்த உதவிக்குக் கைம்மாறாக அவர்களிடமிருந்து ஏராளமான தங்கத்தையும் யானைத் தந்தங்களையும் பெற்றுக்கொண்டார். இதன் மூலம் அமினே எதிர்பார்க்காத வண்ணம் அதனை விற்ற வகையில் அளவுக்கதிமாகப் பணம் குவிந்தது. ஒபாடேவுக்கு தெரியாமல் நடந்த இந்த நடவடிக்கை சிலர் மூலம் தெரிந்து இடி அமின்

மேல் விசாரணை நடத்த முடிவு செய்தார் ஒபாடே. ஆனால் பணத்தினால் ஒபாடேவின் வாயை அடைத்தார் இடி அமின்.

பிரதமராக இருந்த ஒபாடேவுக்கும் ஜனாதிபதியாக இருந்த முடேசவுக்கும் விரைவிலேயே நிர்வாக சம்பந்தமாகக் கருத்து வேற்றுமை ஏற்பட்டது. ஒபாடே தனது நிர்வாகத்தில் முடேசாவின் தலையீட்டை விரும்பவில்லை. விரைவிலேயே இதற்கு ஒரு தீர்வு காணவேண்டும் என முடிவு செய்து ஒரு புதிய சட்ட திருத்தத்தைக் கொண்டுவந்து முடேசாவை பதவியைவிட்டு நீக்கினார். இந்த நடவடிக்கை நாட்டில் பெரும் கலவரத்தை ஏற்படுத்தியது. முடேசாவின் ஆதரவாளர்கள் தலைநகர் கம்பாலாவில் கிளர்ச்சி செய்தனர். ஜனாதிபதியின் மாளிகையின் முன்பு ஆயிரக்கணக்கான மக்கள் திரண்டு ஒபாடேவுக்கு எதிராக கோஷம் எழுப்பினர். இந்தக் கூட்டத்தைக் கலைத்தால் மட்டுமே மாளிகையை நெருங்கி முடேசாவை கைது செய்யமுடியும். ஒபாடே துணிந்து இடி அமினின் தலைமையில் நேரடியாக அதிபர் மாளிகையைத் தாக்க முடிவு செய்தார்.

ஜனாதிபதி மாளிகையைச் சுற்றி பத்தாயிரத்திற்கும் மேற்பட்ட மக்கள் அரணாக நின்றிருந்தனர். ராணுவத்துடன் வந்த இடி அமின் அங்குக் கூடியிருந்த மக்கள் கூட்டத்தைப் பார்த்தார். ராணுவத்தினருக்கு மக்கள் கூட்டத்தைக் கலைக்க உத்தரவிட்டார். ராணுவத்தினர் தடியடி நடத்தினர், ஆனாலும் கூட்டம் கலையவில்லை. இடி அமின் யோசிக்கவேயில்லை மக்களை நோக்கிச் சுட உத்தரவிட்டார். ராணுவத்தினர் கண்மண் தெரியாமல் சுட்டனர். மக்கள் கூட்டம் அலறியடித்துக்கொண்டு ஓடியது. நூற்றுக்கணக்கான மக்கள் கொல்லப்பட்டனர். பலர் படுகாயமுற்றனர். இறுதியில் ஜனாதிபதி மாளிகை ராணுவத்தினரால் கைப்பற்றப்பட்டது. ஆனால் அதற்குள் மூடேசா தப்பிச்சென்றிருந்தார். கோபத்தில் ராணுவ வீரர்கள் மாளிகையைச் சூறையாடி விலையுயர்ந்த பொருட்களைக் கொள்ளையடித்தனர்.

ஜனாதிபதியை விரட்டிய பிறகு இடி அமினின் துணையுடன் ஒபாடேவின் ஆட்சி முழு சர்வாதிகாரமாக ஆனது. இடி அமினை ஒபாடே முழுமையாக நம்பினார். ராணுவத்தின் கட்டுப்பாட்டைத் தனது ஆளுமையின்கீழ் கொண்டுவந்தார் இடி அமின். அந்தச் சமயத்தில் இடி அமின் சூடானிலிருந்து பல இளைஞர்களை அழைத்துவந்து ராணுவத்தில் பணிக்கு அமர்த்தினார். அந்த இளைஞர்கள் பலருக்கும் இடி அமினே நேரடியாகப் பயிற்சி அளித்து அவர்களை ஊக்கப்படுத்தினார்.

தன் சொல்லுக்கு மறுப்பு சொல்லாமல் செயல்படும் ஒரு பெரும் கூட்டத்தைச் சத்தமில்லாமல் தயார்படுத்தி வைத்திருந்தார் இடி அமின்.

தன் முழு நம்பிக்கைக்கூரியவராக இருந்த இடி அமின் மேல் ஒபாடேவுக்கு சந்தேகம் எழ ஆரம்பித்தது. அதற்குக் காரணம் அவர் மேல் நடந்த ஒரு கொலை முயற்சி. ஒரு அரசாங்க சந்திப்பை நிகழ்த்திவிட்டுத் திரும்பும் சமயத்தில் ஒபாடேவை நோக்கி ஒருவன் துப்பாக்கியில் சுட்டான். தக்கப் பாதுகாப்புடன் சென்றிருந்ததால் சிறு காயத்துடன் ஒபாடே அந்தக் கொலை முயற்சியிலிருந்து தப்பினார். இதுகுறித்து இடி அமினிடம் நேரடியாக கேட்கவில்லையென்றாலும் இச்சம்பவம் ஒபாடேவுக்கு ஒரு ஜாக்கிரதை உணர்வைத் தந்தது. அது முதல் ராணுவத்தின் நடவடிக்கைகளை கவனிக்க ஆரம்பித்தார் ஒபாடே. யாரையும் நம்ப முடியாமல் தவித்தார்.

ஒருவேளை எதிர்க்கட்சிகளுடன் சேர்ந்து இடி அமின் தனக்கு எதிராகச் சதி செய்கிறாரோ என்று எண்ணி எதிர்க்கட்சியைச் சேர்ந்தவர்களை எல்லாம் கைது செய்து சிறையில் அடைத்தார். யார் மீதெல்லாம் சந்தேகம் எழுகிறதோ அவர்கள் மேலெல்லாம் தடைச் சட்டம் பாய்ந்தது. நாட்டின் பல இடங்களில் வன்முறை எழுந்தது. அது மட்டுமல்லாமல் அரசாங்கத்தின் அனைத்து நிர்வாகத்திலும் ஊழல் தலைவிரித்தாடியது. தனது பதவிக்கும் உயிருக்கும் ஆபத்து நேரலாம் என்ற தவிப்பில் ஒபாடே எல்லா வழிகளிலும் பணம் சேர்க்க ஆரம்பித்தார். அதே சமயத்தில் தன்னைச் சுற்றி ஒரு பாதுகாப்பு வளைத்தையும் உருவாக்கி வைத்திருந்தார். இடி அமினும் பொறுமையாகத் தனக்கான நேரத்திற்காகக் காத்திருந்தார்.

இருவரில் யார் முந்தப்போகிறார்கள் என்ற நிலைமையில் இடி அமின் ஒரு முக்கிய அரசாங்க அலுவல் காரணமாக எகிப்து செல்ல வேண்டியிருந்தது. இந்தச் சமயத்தைத் தனக்குச் சாதகமாகப் பயன்படுத்திக்கொள்ள நினைத்த ஒபாடே ராணுவ நிர்வாகத்தில் பல அதிரடி மாற்றங்களைச் செய்தார். தனது நம்பிக்கைக்குரியவர்களை முக்கியப் பதவிகளில் நியமித்தார். இடி அமின் திரும்பி வரும்போது அவருக்குப் பல விதங்களில் அதிர்ச்சி தர முடிவு செய்திருந்தார் ஒபாடே. ஆனால் இடி அமின் தான் எகிப்து செல்வதற்கு முன் அரசாங்கத்தின் அனைத்து நிர்வாகத்திலும் தனக்கான உளவாளிகளைத் தயாராக வைத்திருந்தார். அதனால் நாட்டில்

நடக்கும் ஒவ்வொரு நடவடிக்கை குறித்தும் அவருக்கு உடனடியாகத் தகவல் போனது.

இடி அமின் உகாண்டா திரும்பியதும் அவர் கைது செய்யப்படலாம் என அரசாங்க அதிகாரிகள் பேசிக்கொண்டனர். இடி அமின் உகாண்டா திரும்பி வந்தார், ஆனால் எதுவும் நடக்கவில்லை. இடி அமினின் முழு கட்டுப்பாட்டில் இருந்த ராணுவத்தில் இப்போது ஒபாடே ஆதரவாளர்கள் தனிக் குழுவாகச் செயல்பட்டனர். இரு பக்கமும் அமைதியாக இருந்தன. ஆனால் அதே சமயத்தில் நாட்டில் என்ன வேண்டுமானாலும் நடக்கலாம் என்ற நிலை இருந்தது. இந்த நேரத்தில் காமன்வெல்த் மாநாட்டில் கலந்துகொள்வதற்காக ஒபாடே சிங்கப்பூர் செல்லவேண்டியிருந்தது. தனது ஆதரவாளர்களிடம் மட்டும் சில உத்தரவுகளைப் பிறப்பித்துவிட்டு ஒபாடே சிங்கப்பூர் சென்றார்.

உகாண்டா மக்களுக்கு ஆரம்பத்தில் ஒபாடே மீது பெரும் நம்பிக்கை இருந்தது. ஆனால் அவர் பதவிக்கு வந்த சில வருடங்களுக்குப் பின்னர் உகாண்டாவின் பொருளாதாரத்திலோ மக்களின் வாழ்க்கை நிலையிலோ பெரிதாக மாற்றம் எதுவும் ஏற்படவில்லை. மேலும் தன் இன மக்களுக்கு அவர் முக்கியத்துவம் கொடுத்ததும், பல சமயங்களில் நாட்டில் வன்முறையும் அடக்குமுறையைக் கட்டவிழ்த்துவிட்டதும் அவரது ஆட்சி மேல் மக்களுக்குக் கடும் எதிர்ப்பு இருந்து வந்தது. மக்களின் இந்த எதிர்ப்பையும் ராணுவத்தில் தனக்கு இருந்த ஆதரவையும் இடி அமின் தனக்குச் சாதகமாகப் பயன்படுத்திக்கொண்டார். அதிரடியாக ஒபாடேவை பதவியிலிருந்து நீக்குவதாக அறிவித்தார். பின்னர் தன்னை புதிய அதிபராக நியமித்துக்கொண்டார். இடி அமின் ஒபோட்டின் ஆட்சிக்கு ஏற்பட்டிருந்த அதிருப்தியை மூலதனமாக்கி வெற்றிகரமாக ஆட்சிக் கவிழ்ப்பை நிகழ்த்தி தனது ஆட்சியை நிறுவினார். சீர்திருத்தம் மற்றும் மேம்பட்ட ஆட்சி குறித்த அவரது வாக்குறுதிகள் அவருக்கு ஆதரவைப் பெற்றுத் தந்தன. இந்தப் புதிய அரசுக்கு மக்களின் பேராதரவு இருந்தது.

நடந்த இந்தச் சம்பவங்கள் எல்லாம் சிங்கப்பூரில் இருந்த ஒபாடேவுக்கு தெரியவந்தது. இதை அவர் எதிர்பார்த்திருந்தாலும் இத்தனை சீக்கிரம் இது நடக்கும் என்று அவர் எதிர்பார்க்கவில்லை. தான் திரும்பிவந்ததும் பல அதிரடி நடவடிக்கைகளை எடுக்க நினைத்திருந்த

அவரை இடி அமின் முந்திக்கொண்டார். உகாண்டாவிற்குத் திரும்பிச்சென்றால் தன் உயிருக்கு உத்தரவாதமில்லை என்று தெரிந்து தான்சானியாவில் தஞ்சம் அடைந்தார் ஒபாடே.

பதவிக்கு வந்த சில நாட்களிலேயே இடி அமின் சிறையில் இருந்த அரசாங்க அதிகாரிகளை விடுதலை செய்தார். அடுத்து ராணுவத்திலும் மற்ற அரசாங்க பதவிகளிலும் இருந்த ஒபாடேவின் ஆதரவாளர்கள் அனைவரையும் நீக்கினார். மறுத்தவர்கள், இந்த நடவடிக்கையை எதிர்த்தவர்கள் என அனைவரும் சிறையில் அடைக்கப்பட்டனர். சிலர் கொல்லப்பட்டனர். இடி அமினின் ஆட்சி பெரிதும் அவரது ராணுவத்தைச் சார்ந்தே இருந்தது. நாட்டின் முக்கியப் பதவிகளில் ராணுவ அதிகாரிகளே நியமிக்கப்பட்டனர். உகாண்டா முழுவதும் ராணுவத்தினரின் கட்டுப்பாட்டுக்குள் கொண்டுவரப்பட்டது.

தான்சானியாவில் தஞ்சமடைந்த ஒபாடே 1972ல், ராணுவ சதிப்புரட்சி மூலம் நாட்டை மீட்டெடுக்க முயன்று தோல்வியுற்றார். உகாண்டா ராணுவத்தில் உள்ள ஒபாடே ஆதரவாளர்களும், அச்சோலி மற்றும் லாங்கோ இனக்குழுக்களைச் சேர்ந்தவர்களும் சதித்திட்டத்தில் ஈடுபட்டனர். இடி அமின் தான்சானியா நகரங்களில் குண்டுவீசினார். அச்சோலி மற்றும் லாங்கோ இன அதிகாரிகளை ராணுவத்திலிருந்து நீக்கினார். உகாண்டாவில் இனக்கலவரம் எழுந்தது. ராணுவப் பாதுகாப்புப் பிரிவு என்ற பெயரில் இடி அமினின் ஆதரவுக் குழுக்கள் ஆயிரக்கணக்கில் கடத்தல்கள் மற்றும் கொலைகளில் ஈடுபட்டனர்.

தலைமைத்துவத்திற்கான அவரது வெறி, தற்போதுள்ள அமைதியின்மையை மூலதனமாக்கும் அவரது சந்தர்ப்பவாத அணுகுமுறையுடன் சேர்ந்துகொண்டது. அவர் ஆட்சிக்கு வந்ததும் தனது அதிகாரத்தைத் தக்கவைத்துக் கொள்வதை நோக்கி நகர்ந்தார். அவரது ஆட்சி மிருகத்தனம், மனித உரிமை மீறல்கள், மாற்றுக் கருத்துகளை நசுக்கும் முயற்சிகளால் எப்படியாவது அதிகாரத்தை ஒருங்கிணைத்துத் தக்கவைத்துக் கொள்ளும் தீவிர முயற்சியாக மாறியது. அவரது ராணுவப் பின்புலம், கௌரவ வேட்கை, இனப் பதற்றங்களைக் கையாளுதல், பலவீனமான ஆட்சியைச் சுரண்டும் திறன் ஆகிய அனைத்தும் அவர் அதிகாரத்திற்கு வந்ததில் பெரிய அளவில் உதவின. அவரது தொடக்கம் தலைமைக்கான ஆசை என்பதாக இருந்தாலும், அவரது

ஆட்சி காட்டுமிராண்டித்தனம் மற்றும் கொடுங்கோன்மை எனும் இருண்ட பக்கத்தைத்தான் வெளிக்காட்டியது.

இடி அமினின் ஆடம்பரமான சீருடைகள், சுய—பிரகடனப் பட்டங்கள் ஆகியவை அதிகாரத்தை உறுதிப்படுத்த வேண்டிய அமினின் ஆசையைச் சுட்டிக் காட்டின. இந்த ஆசை அவரது தாழ்மையான தொடக்கத்திலிருந்து உயரவேண்டும் என்ற விருப்பத்திலிருந்தும் தோன்றியிருக்கலாம். இடி அமின் ஒரு ராணுவ அதிகாரியாக உயர்ந்து, தேசத்தை வடிவமைக்கவும், மற்றவர்களின் வாழ்க்கையில் செல்வாக்குச் செலுத்தவும் ஏங்கினார். இடி அமினின் வாழ்க்கை முறை அதிகப்படியான, ஆடம்பரமான விருந்துகள், ஆடம்பரச் செலவுகளால் ஆனது. அவரது ஆட்சியின்போது உகாண்டா மக்கள் எதிர்கொண்ட பொருளாதாரத் துன்பங்கள் அவரது ஆடம்பரமான வாழ்க்கை முறைக்கு முற்றிலும் முரணாக இருந்தன. மக்களின் நலனைவிடத் தனது தனிப்பட்ட செல்வச் செழிப்புக்கு முன்னுரிமை அளித்தார் இடி அமின்.

அமினின் வெளிநாட்டுச் சக்திகளிடமிருந்து உதவி மற்றும் அங்கீகாரத்தை நாடினார். தனது பதவியைப் பயன்படுத்தி ஆதரவையும் வளங்களையும் கோரினார். இருப்பினும், அவரது ராஜதந்திர முயற்சிகள் பெரும்பாலும் கணிக்க முடியாத தன்மை மற்றும் முரண்பாடுகளால் நிறைந்திருந்தன. இதனால் இவரது உண்மையான நோக்கங்களை மதிப்பிடுவது மற்ற நாடுகளுக்குக் கடினமாக இருந்தது. ஒரு சக்திவாய்ந்த தலைவராகத் தான் நினைவுகூரப்படவேண்டும் என்ற அவரது விருப்பம் அவரது செயல்பாடுகளுக்கு உந்துதலாக இருந்திருக்கலாம். ஒரு வலுவான மனித பிம்பத்தை வளர்ப்பதன் மூலமும், மாற்றுக்கருத்தை அடக்குவதன் மூலமும், வரலாற்றின் போக்கைத் தனக்குச் சாதகமாக வடிவமைப்பதை அவர் நோக்கமாகக் கொண்டிருந்தார் என்றே சொல்லவேண்டும்.

# 2. தனிப்பட்ட வாழ்க்கை

இடி அமின் ஆறு பெண்களை மணந்ததாக தெரிகிறது, அவர்களில் மூன்று மனைவிகளை அவர் விவாகரத்து செய்துவிட்டார். இடி அமின் தனது முதல் மனைவியான மல்யாமு (Malyamu), இரண்டாவது மனைவி கே அட்ரோவா (Kay Adroa) ஆகியோரை 1966ல் மணந்தார். 1967ல், நோரா என்பவரை மணந்தார். 1972ல் நலோங்கோ மதீனாவைத் (Nalongo Madina) திருமணம் செய்தார். 26 மார்ச் 1974 அன்று மல்யாமு, நோரா, கே ஆகிய மூன்று மனைவிகளையும் ஒரே சமயத்தில் விவாகரத்து செய்தார். 1974 ஏப்ரலில் கென்ய எல்லையில் இடி அமினின் முதல் மனைவி மல்யாமு கடத்தல் வழக்கில் கைது செய்யப்பட்டார். மற்றொரு மனைவி கே அட்ரோவா மர்மமான சூழ்நிலையில் மரணமடைந்தார். அவரது உடல் சிதைந்த நிலையில் காணப்பட்டது. நோரா 1979ல் ஜைருக்கு தப்பிச் சென்றார்.

1975ல், இடி அமின் 19 வயதான சாரா கியோலாபாவுடன் (Sarah Kyolaba) திருமணம் புரிந்தார், 1993ம் ஆண்டு இடி அமின் தனது கடைசி ஒன்பது குழந்தைகள் மற்றும் ஒரு மனைவியான மாமா அ சுமருவுடன் (Mama a Chumaru) வசித்து வந்தார். இவர் இடி அமினின் கடைசி நான்கு குழந்தைகளின் தாய். இடி அமினுக்கு மொத்தமாக அறுபது குழந்தைகள் இருந்ததாகத் தெரிகிறது. அவரது அடுத்தடுத்த திருமணங்கள் அவரது சிக்கலான தனிப்பட்ட வாழ்க்கையை நிரூபிக்கின்றன. சாரா கியோலாபா, அமினின் ஆட்சியிலிருந்து வியத்தகு முறையில் தப்பித்ததன் மூலம் சர்வதேசக் கவனத்தைப் பெற்றார்.

அமினின் குடும்ப வட்டத்தில் பரவியிருந்த அச்சத்தையும் ஆபத்தையும் உலகுக்கு எடுத்துக்காட்டினார். இடி அமினின் குடும்ப வாழ்க்கை அவரது ஆட்சியைக் குறிக்கும் துயரங்களிலிருந்து விடுபடவில்லை. அவரது குடும்ப உறுப்பினர்கள் சிலர் அவரது சொந்த வன்முறைகளுக்குப் பலியானார்கள். அவரது மருமகன் லெப்டினன்ட் ஐசக் மலியமுங்குத் தூக்கிலிடப்பட்டார். இது போன்ற நிகழ்வுகள் அவரது குடும்ப வட்டாரத்தில் அச்சத்தையும் அவநம்பிக்கையையும் உருவாக்கியது.

பல சர்வாதிகாரத் தலைவர்களைப் போலவே, இடி அமின் தனது குடும்ப உறுப்பினர்களை, தனது அதிகாரத்தை உறுதிப்படுத்தவும் கட்டுப்பாட்டைப் பராமரிக்கவும் பயன்படுத்தினார். சிலருக்கு அரசு, ராணுவம் அல்லது ராஜதந்திரத் துறைகளில் அதிகாரப் பதவிகள் வழங்கப்பட்டன. இத்தகைய நியமனங்கள் விசுவாசத்துக்குப் பரிசளிப்பது முதல் முக்கியப் பொறுப்புகளில் நம்பகமான உறவினர்களை வைத்துக்கொண்டு தனது பதவியைப் பாதுகாப்பது வரை பல நோக்கங்களைக் கொண்டிருந்தன. அவரது சிக்கலான உறவுகள், திருமணங்கள் போன்றவை இடி அமினின் ஆளுமை மற்றும் நடத்தையை வடிவமைத்தன. அவை அவரது அட்டூழியங்களுக்கு ஒரு சாக்காகச் செயல்படவில்லை. பரந்த மனித உரிமை மீறல்கள், ஒரு சர்வாதிகாரியாக அவரது நடவடிக்கைகள், அவரது தனிப்பட்ட மற்றும் பொது ஆளுமைகளுக்கு இடையிலான அப்பட்டமான வேறுபாட்டை எடுத்துக்காட்டுகின்றன.

இடி அமினின் எழுச்சிக்கு முந்தைய ஆண்டுகளில், உகாண்டா, அரசியல் மற்றும் பொருளாதாரச் சவால்களை எதிர்கொண்டது. அதிபர் ஒபாடேவின் ஊழல் ஆட்சி உகாண்டாவில் நிலையற்ற சூழலை உருவாக்கியது. இத்தகைய பலவீனமான ஆட்சி இடி அமினுக்குத் தற்போதுள்ள குறைகளை மூலதனமாக்குவதற்கும், உகாண்டாவின் பிரச்சினைகளுக்கு ஒரு தீர்வாகத் தன்னை முன்னிறுத்துவதற்குமான வாய்ப்பை வழங்கியது. உகாண்டா அரசியலில் ஓரங்கட்டப்பட்ட கக்வா மற்றும் லுக்பரா இனக் குழுவைச் சேர்ந்த இடி அமின், இந்த இனப் பதற்றங்களைத் திறமையாகப் பயன்படுத்திக் கொண்டார். தனது சொந்தச் சமூக ஆதரவைப் பெற்றார். அதே நேரத்தில், மற்ற சமூகத்தவர்களின் அதிருப்தியை மூலதனமாக்கினார்.

இடி அமினின் அடிப்படைக் கொள்கைகளில் முக்கியமானவை தற்காப்பும் சந்தர்ப்பவாதமும் ஆகும். உகாண்டாவின் நலன்களுக்கு முன்னுரிமை அளிப்பதாக அவர் கூறிய போதிலும், வன்முறையையும் பயத்தையும் பயன்படுத்தி எதிர்ப்புகளை நசுக்கி தனது அதிகாரத்தின் பிடியைத் தக்க வைத்துக்கொள்ளவே அவர் முயன்றார். இடி அமின் பான்—ஆப்பிரிக்கவாதக் கோட்பாட்டை ஆதரித்தார். ஆப்பிரிக்க ஒற்றுமை மற்றும் தற்சார்புக்காக வாதிட்டார். பான்—ஆப்பிரிக்க இயக்கத்தில் தன்னை ஒரு தலைவராக நிலைநிறுத்த அவர் முயன்றார். ஆனால் அவரது நடவடிக்கைகள் அவர் நிலைநிறுத்துவதாகக் கூறிய லட்சியங்களுக்கு முரணாக இருந்தன.

இடி அமின் இனப் பதற்றத்தை அதிகப்படுத்தி, தனது நாட்டைச் சேர்ந்த பல்வேறு இனக்குழுக்களைக் களையெடுத்தார். பொருளாதார வளர்ச்சி குறித்து நிறையப் பேசினாலும், அவரது தவறான நிர்வாகத்தால் உகாண்டா மக்கள் பெரும் இன்னல்களுக்கு உள்ளானார்கள். இடி அமினின் கொள்கைகள், பெரும்பாலும் அவரது செயல்களை நியாயப்படுத்தவும், அதிகாரத்தின் மீதான அவரது பிடியைத் தக்க வைத்துக்கொள்ளவும் பயன்படுத்தப்படும் முகமூடியாகவே இருந்தன. அவரது ஆட்சி, முரண்பாடுகள் மற்றும் மாற்றுக் கருத்துகளைக் கொடூரமாக ஒடுக்கியது. சுயநலம், சந்தர்ப்பவாதம், அதிகாரத் துஷ்பிரயோகம் ஆகியவற்றின் கலவையாக இடி அமினின் தலைமைத்துவம் செயல்பட்டது.

இடி அமினின் ஆட்சி பல முன்முயற்சிகளால் குறிக்கப்பட்டது. அவற்றில் சில புதுமையானவை, முற்போக்கானவை. இருப்பினும், இந்த முன்முயற்சிகள் பெரும்பாலும் அவரது கொடூரமான முறைகள் மற்றும் கேள்விக்குரிய மரணதண்டனை ஆகியவற்றால் மறைக்கப்பட்டன. இடி அமினின் முக்கிய முன்முயற்சிகளில் ஒன்று அவரது பொருளாதாரத் தேசியவாதக் கொள்கையாகும், இது 1972ல் உகாண்டாவின் ஆசியச் சமூகத்தை வெளியேற்றுவதன் மூலம் அடைவதை நோக்கமாகக் கொண்டது. இந்த முன்முயற்சி உகாண்டா மக்களுக்குச் செல்வத்தையும் வளங்களையும் மறுபகிர்வு செய்வதற்கான ஒரு வழியாக முன்வைக்கப்பட்டது. ஆனால், இந்தக் கொள்கையைச் செயல்படுத்தும் திட்டம் வன்முறை, குழப்பம் மற்றும் பொருளாதாரச் சீர்குலைவு ஆகியவற்றால் பாதிக்கப்பட்டது. வெளியேற்றப்பட்ட

ஆசியர்கள் விட்டுச்சென்ற பல வணிகங்கள் உகாண்டா உரிமையின்கீழ்த் தடுமாறின. இது வளர்ச்சியை விடப் பொருளாதார வீழ்ச்சிக்கு வழிவகுத்தது.

தொழில்கள், பொருளாதாரத்தின் முக்கியத் துறைகள் மீது அரசின் கட்டுப்பாட்டைச் செலுத்த இடி அமின் முயன்றார். இந்த முயற்சிக்கு, 'வெளிநாட்டுச் செல்வாக்கைக் குறைப்பதற்கும் உகாண்டா உரிமையை மேம்படுத்துவதற்கும்' என்று காரணம் சொல்லப்பட்டது. ஆனால் சரியான திட்டமிடலும் நிர்வாகத் திறனும் இல்லாமல் இம்முயற்சி மேற்கொள்ளப்பட்டதால் திறமையின்மை, ஊழல் மற்றும் பொருளாதார நிலையற்ற தன்மைக்கு வழிவகுத்தது. உணவு உற்பத்தியில் தன்னிறைவு அடையும் நோக்கில் இடி அமின் வேளாண் சீர்திருத்தங்களை மேற்கொண்டார். உகாண்டா மக்கள் விவசாயத்தை மேற்கொள்ளவும், இறக்குமதியைச் சார்ந்திருப்பதைக் குறைக்கவும் அவர் ஊக்குவித்தார். இந்த முயற்சி உணவுப் பாதுகாப்பை மேம்படுத்துவதை நோக்கமாகக் கொண்டிருந்தாலும், போதுமான உள்கட்டமைப்பு, பயிற்சியின்மை மற்றும் நீண்ட கால நிலைத்தன்மையை விடக் குறுகிய கால ஆதாயங்களில் கவனம் செலுத்தியது ஆகியவற்றால் தடைப்பட்டது.

இடி அமினின் புதிய முயற்சிகள், மாற்றத்தைக் கொண்டு வருவதற்கான நோக்கம் கொண்டிருந்தாலும், மோசமான திட்டமிடல், ஊழல் மற்றும் காட்டுமிராண்டித்தனத்தால் பாதிக்கப்பட்டன. சில முன்முயற்சிகள் காகிதத்தில் உன்னதமான இலக்குகளைக் கொண்டிருந்தது, ஆனால் அவற்றின் செயலாக்கம் பல மோசமான விளைவுகளுக்கு வழிவகுத்து, உகாண்டா மக்களுக்கு மேலும் பல சிக்கல்களை உண்டாக்கியது.

# 3. ஆசிய மக்கள் வெளியேற்றம்

பிரிட்டிஷ் நிர்வாகத்தினரால் 1894 முதல் வணிகம் மற்றும் நிர்வாகத்தில் ஐரோப்பியர்களுக்கும் ஆப்பிரிக்கர்களுக்கும் இடையே ஒரு இடையகமாக பணியாற்ற உகாண்டாவிற்கு இந்தியர்கள் ஆங்கிலேயர்களால் கொண்டு வரப்பட்டனர். முக்கியமாக 32,000 தொழிலாளர்கள் தென்கிழக்கு ஆப்பிரிக்காவிற்கு தொழிலாளர் ஒப்பந்தத்தின்கீழ் உகாண்டா ரயில்வே கட்டுமானத்தில் பணிபுரிய அழைத்து வரப்பட்டனர். இந்த வேலைகள் முடிந்தபின் பெரும்பாலான இந்தியர்கள் தாயகம் திரும்பி விட்டனர். அதே சமயத்தில் கிட்டத்தட்ட ஆறாயிரம் இந்தியர்கள் ஆப்பிரிக்காவிலேயே தங்கியிருக்க முடிவு செய்தனர். ஆசிய மக்கள் வெளியேற்றப்பட்ட நேரத்தில், உகாண்டாவில் தெற்காசிய வம்சாவளியைச் சேர்ந்த மக்கள் சுமார் 80,000 வரை இருந்தனர். அவர்களில் இருபதாயிரம் பேர் குடியுரிமை பெற்றுக்கொண்டனர். 50,000 பேர் பிரிட்டிஷ் பாஸ்போர்ட் வைத்திருந்தனர்.

இடி அமின் ஆட்சிக்கு வந்த சமயத்தில் உகாண்டாவில் இந்தியர்கள் வங்கிகள், அரசாங்க அலுவலகங்கள், கல்வித்துறை எனப் பல துறைகளில் முக்கியப் பதவிகளில் இருந்தனர். மேலும் பல முக்கிய வணிகங்களை இந்தியர்கள் நிர்வகித்துவந்தனர். உகாண்டாவில் இந்தியர்கள் தாங்கள் செய்த வேலை காரணமாகவும், தொழில் காரணமாகவும் அங்குள்ள பழங்குடிச் சமூகங்களை விட வாழ்க்கைத் தரத்தில் மேம்பட்டிருந்தனர். உகாண்டாவின் தேசிய வருமானத்தில் இந்தியர்களின் பங்கு கணிசமாக இருந்தது. 1971 ஆகஸ்ட்டில், உகாண்டாவின் ஆசியச் சமூகத்திற்கு வழங்கப்பட்ட குடியுரிமையை மறுஆய்வு செய்வதற்கு இடி அமின் உத்தரவிட்டார்.

அக்டோபரில் உகாண்டாவில் ஆசிய மக்கள் தொகைக் கணக்கெடுப்பு அறிவிக்கப்பட்டது. டிசம்பர் 7—8 தேதிகளில் இந்திய மாநாட்டைக் கூட்டினார். மாநாட்டின் இரண்டாவது நாளில் உகாண்டாவில் இந்தியர்களுக்கும் ஆப்பிரிக்கர்களுக்கும் இடையிலான பரந்த இடைவெளி குறையும் என்று அவர் நம்பிக்கை தெரிவித்தார். பொருளாதாரம் மற்றும் தொழில்களில் இந்தியர்களின் பங்களிப்பு அதிகமாக இருக்கும் அதே சமயம் சிறுபான்மையினரான ஆசிய மக்கள் உகாண்டாவின் அரசாங்கத்திற்கு விசுவாசமாக இருப்பதில்லை என்றும் வணிக முறைகேட்டில் ஈடுபடுகின்றனர் என்றும் குற்றம் சாட்டினார்.

1972 ஆகஸ்ட் 4ம் தேதி, இடி அமின் இந்திய வம்சாவளியைச் சேர்ந்த பிரிட்டிஷ் குடிமக்களைப் பராமரிக்கும் பொறுப்பை பிரிட்டனே ஏற்கவேண்டும் என்று அறிவித்தார். மேலும் அவர்கள் உகாண்டாவின் பொருளாதாரத்தை நாசப்படுத்துவதாகவும் ஊழலை ஊக்குவிப்பதாகவும் கடுமையாகக் குற்றம் சாட்டினார். மூன்று மாதங்களுக்குள் பிரிட்டிஷ் குடியுரிமை பெற்றவர்கள் நாட்டைவிட்டு வெளியேறவேண்டும் என அறிவிக்கப்பட்டது. பின்னர் அச்சட்டத்தில் இந்தியா, பாகிஸ்தான் மற்றும் பங்களாதேஷ் குடிமக்களை உள்ளடக்கி விரிவுபடுத்தப்பட்டது. உகாண்டா குடியுரிமை பெற்ற 23,000 இந்தியர்களும் பட்டியலில் சேர்க்கப்பட்டனர்.

இடி அமினின் இந்தச் செயல் உலக அளவில் எதிர்ப்பை ஏற்படுத்தியது. பல உலகத் தலைவர்கள் ஆசிய மக்கள் வெளியேற்றத்தைக் கண்டித்தனர். இந்திய அரசாங்கம் இடி அமினின் இந்த நடவடிக்கை உகாண்டாவிற்கு மோசமான விளைவுகளை ஏற்படுத்தும் என எச்சரித்தது. ஆரம்பத்தில், இந்தியா உகாண்டாவுடன் ராஜதந்திர உறவுகளைப் பராமரித்தது. பின்னர் அமினின் ஆட்சியுடனான ராஜதந்திர உறவுகளைத் துண்டித்தது. பிரிட்டிஷ் அரசு உகாண்டாவிற்காக ஒதுக்கீடு செய்யப்பட்டிருந்த 10.4 மில்லியன் கடனை முடக்கியது. வெளியேற்றப்பட்ட நேரத்தில், உகாண்டாவில் தெற்காசிய வம்சாவளியைச் சேர்ந்த சுமார் 80,000 நபர்கள் இருந்ததாகக் குறிப்புகள் தெரிவிக்கின்றன. இந்திய விரோத உணர்வு மற்றும் கறுப்பின மேலாதிக்கத்தின் பின்னணியில் இந்த வெளியேற்றம் நடந்தது.

'உகாண்டா உகாண்டா இனத்தவருக்கே' என்று வெளியேற்றத்திற்கு நியாயம் கற்பித்தார் இடி அமின்.

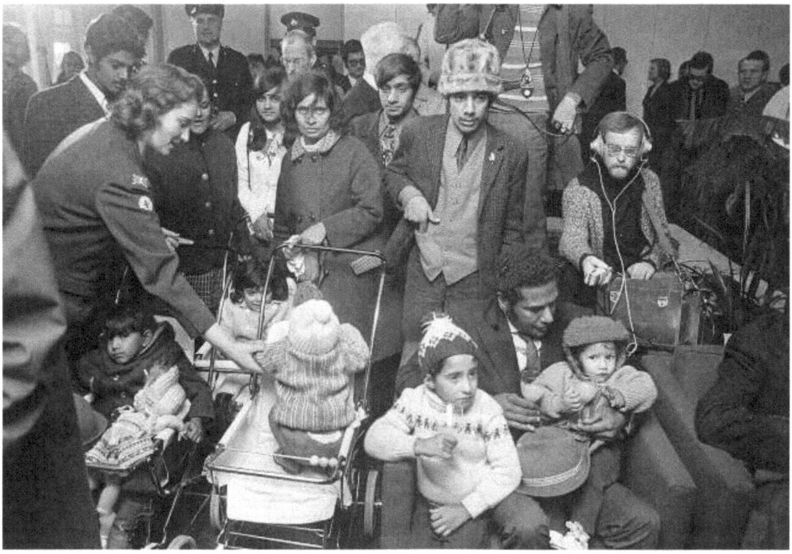

வெளியேற்றப்பட்டவர்களிடமிருந்து வீடுகள், பண்ணைகள், விவசாயத் தோட்டங்கள், கார்கள், பிற வீட்டுப் பொருட்கள், நிறுவனங்கள் ஆகியவைப் பறிமுதல் செய்யப்பட்டன. உகாண்டா இந்தியர்கள் தனியார் வணிகங்களை விற்பதற்கும் மாற்றுவதற்கும் கட்டுப்பாடுகள் விதிக்கப்பட்டன.

இடி அமின் சொன்னார்:

> ‘உகாண்டா மக்கள் தன் நாட்டின் செல்வத்தை தானே அனுபவிப்பதைப் பார்ப்பதற்கு நாங்கள் உறுதியாக இருக்கிறோம். உகாண்டாவின் பொருளாதாரக் கட்டுப்பாட்டை உகாண்டாவின் கைகளுக்கு மாற்றுவதே எங்கள் திட்டமிட்ட கொள்கையாகும். உகாண்டா உகாண்டா இனத்தவருக்கே. இது நமது நாட்டின் வரலாற்றில் முதல் முறையாகும்.’

இந்த நடவடிக்கை ‘ஆபரேஷன் மஃபுடா மிங்கி’ (Operation Mafuta Mingi) என்று அழைக்கப்பட்டது. இந்தக் காலகட்டத்தில் உகாண்டா ராணுவ வீரர்கள் இந்தியர்களுக்கு எதிராகத் திருட்டு மற்றும் பாலியல் வன்முறையில் ஈடுபட்டனர். பறிமுதல் செய்யப்பட்ட பெரும்பாலான சொத்துகள் மறு ஒதுக்கீடு என்ற பெயரில் அரசாங்கத்திற்கு வேண்டியவர்களுக்கும் இடி அமினின் விசுவாசிகளுக்கும் ராணுவ வீரர்களுக்கும் ஒதுக்கீடு செய்யப்பட்டன.

இடி அமின் மேலும் சொன்னது:

> 'இந்தியர்கள் பசுக்களிடமிருந்து பால் மட்டுமே கறந்தனர். அதிக பால் விளைவிக்க அவர்கள் அதற்கு உணவளிக்கவில்லை. எல்லாக் கடைகளிலும் தொழில்துறையிலும் இப்போது கருப்பு முகங்கள் உள்ளன. உகாண்டாவில் உள்ள அனைத்து பெரிய கார்களும், ரத்தத்தை உறிஞ்சுபவர்களுக்குப் பதிலாக, இப்போது ஆப்பிரிக்கர்களால் இயக்கப்படுகின்றன. ஆப்பிரிக்காவின் மற்ற பகுதிகள் எங்களிடமிருந்து கற்றுக்கொள்ளலாம்.'

உகாண்டாவின் பாரம்பரிய வணிகர்களின் கைகளில் சில சொத்துகள் சேர்ந்தாலும், நேரடிப் பயனாளிகளில் பெரும்பாலானவர்கள் ராணுவ வீரர்கள் மற்றும் அரசாங்க அதிகாரிகள். வெளியேற்றபட்ட இந்தியர்களில் இருபதாயிரம் பேர் பிரிட்டனுக்கும் ஆறாயிரம் பேர் கனடாவுக்கும், 4,500 பேர் இந்தியாவுக்கும், 2,500 பேர் அருகிலுள்ள கென்யாவுக்கும் சென்றனர். மலாவி, பாகிஸ்தான், மேற்கு ஜெர்மனி, அமெரிக்கா போன்ற நாடுகளுக்கு ஆயிரம் பேர் வரை சென்றனர்.

உகாண்டாவின் நன்மைக்கு என்ற பெயரில் நடத்தப்பட்ட ஆசிய மக்களின் வெளியேற்றம், எதிர்பாராத விதத்தில் உகாண்டாவின் பொருளாதாரத்தில் பெரும் சேதத்தை ஏற்படுத்தியது. உகாண்டாவின் மொத்த உள்நாட்டு உற்பத்தி 1972 மற்றும் 1975 க்கு இடையில் 5% சரிந்தது. அதே நேரத்தில் உற்பத்தி உற்பத்தி 1972ல் 740 மில்லியன் உகாண்டா ஷில்லிங்கில் இருந்து 1979ல் 254 மில்லியன் ஷில்லிங்காக சரிந்தது. நாடு கடத்தப்பட்ட நேரத்தில் இந்தியர்கள் நாட்டின் 90% வணிகங்களை வைத்திருந்தனர் மற்றும் நாட்டின் 90% பங்குகளை வைத்திருந்தனர். ஆசியர்கள் வெளியேற்றப்பட்டதைத் தொடர்ந்து சம்பளம் மற்றும் ஊதியங்களின் உண்மையான மதிப்பு 90% சரிந்தது. மேலும் இந்த வணிகங்களில் சில உகாண்டா நாட்டவர்களிடம் ஒப்படைக்கப்பட்டாலும், பொருளாதாரத்தின் முதுகெலும்பாகக் கருதப்பட்ட உகாண்டாவின் தொழில்துறை சேதமடைந்தது. திறமையான தொழிலாளர்கள் இல்லாததால் பல தொழில்களில் கடுமையான சரிவு ஏற்பட்டது.

உகாண்டா மக்களுக்குப் புதிதாக வாங்கிய வணிகங்களைச் செயல்படுத்தத் தேவையான நிபுணத்துவம் இல்லாதது,

அனுபவம் வாய்ந்த தொழில்நுட்ப வல்லுநர்களின் திடீர் பற்றாக்குறை ஆகியவை பெரும் சவாலாக இருந்தது. இதனால் பொருளாதாரம் மற்றும் மொத்த உள்நாட்டு உற்பத்தி குறிப்பிடத்தக்க வீழ்ச்சியைச் சந்தித்தது. வங்கி, உற்பத்தி, விவசாயம் உள்ளிட்ட முக்கியத் தொழில்களைத் தேசியமயமாக்கும் அமினின் கொள்கை, திறமையின்மை, தவறான நிர்வாகம் மற்றும் இந்தத் துறைகளின் உற்பத்தித்திறன் வீழ்ச்சிக்கு வழிவகுத்தது. இது உகாண்டாவின் சாதாரண மக்களின் அடிப்படைத் தேவைகளை மேலும் கடினமாக்கியது.

பொருளாதாரத்தின் முதுகெலும்பான விவசாயத் துறையும் இடி அமினின் ஆட்சியில் கடுமையாகப் பாதிக்கப்பட்டது. ஆசிய விவசாயிகளின் வெளியேற்றத்தால் ஏற்பட்ட இடையூறு, விவசாய வளர்ச்சிக்கான முதலீட்டுக் கட்டுப்பாடு, ஊக்குவிப்புகளின் பற்றாக்குறை ஆகியவை விவசாய உற்பத்தியில் வீழ்ச்சி மற்றும் உணவுப் பற்றாக்குறைக்கு வழிவகுத்தன. தொழில்கள் தேசியமயமாக்கப்பட்டதாலும், அரசின் தவறான நிர்வாகத்தாலும் தொழில்துறை உற்பத்தி குறைந்து, பொருளாதாரம் மேலும் பலவீனமடைந்தது. இச்சமயத்தில், அதிகரித்து வந்த எண்ணெய் விலைகள், பணவீக்கம் உள்ளிட்ட உலகளாவிய பொருளாதாரச் சுமைகளாலும் உகாண்டா பாதிக்கப்பட்டது. இது நாட்டின் பலவீனமான பொருளாதாரத்தில் மேலும் பின்னடைவை ஏற்படுத்தியது.

அவரது கொடூரமான, ஒழுங்கற்ற நடத்தையினால் மக்கள் அவர் மேல் வைத்திருந்த நம்பிக்கை விரைவாகவே உடைந்தது. அமினின் ஆட்சி பரவலான மனித உரிமை மீறல்கள், படுகொலைகள், பயங்கரவாதம் போன்றவற்றினைக் கொண்டிருந்தது. அவர் தனது அதிகாரத்திற்கு ஏற்பட்ட அச்சுறுத்தல்களை இரக்கமின்றி அகற்றினார். இதன் விளைவாக அவரது எட்டு ஆண்டு பதவிக்காலத்தில் 100,000 முதல் 500,000 வரையிலான உகாண்டா மக்கள் கொல்லப்பட்டனர். பாதிக்கப்பட்டவர்களில் அரசியல் எதிரிகள், ஊடகவியலாளர்கள், இன சிறுபான்மையினர் ஆகியோரும் அடங்குவர்.

1972ம் ஆண்டில் உகாண்டாவிலிருந்து சுமார் 80,000 ஆசியர்கள் வெளியேற்றப்பட்ட நிகழ்வு அவரது ஆட்சியின் இழிவான அத்தியாயங்களில் ஒன்றாகும். இது பொருளாதார எழுச்சிக்கு வழிவகுத்தது மட்டுமல்லாமல் உகாண்டாவின் சர்வதேச நற்பெயருக்கும் களங்கம் விளைவித்தது. 1978ம் ஆண்டில்

தான்சானியா மீது படையெடுத்தபோது நிகழ்ந்த வன்முறை பெரும் போரைத் தூண்டி இறுதியில் அவரது வீழ்ச்சியில் முடிந்தது. இடி அமினின் கணிக்க முடியாத, வினோதமான நடத்தை அவரது ஆட்சியின் குழப்பத்தை அதிகரித்தது. 'பிரிட்டிஷ் சாம்ராஜ்ஜியத்தை வென்றவர்' 'ஸ்காட்லாந்தின் அரசர்' என்று தன்னைத் தானே புகழ்ந்த அவரது ஆளுமை வழிபாடு, பிரசாரம், சுயமரியாதை ஆகியவைப் பட்டங்களால் வலுப்படுத்தப்பட்டது. அவர் கடும் சர்வாதிகாரியாக இருந்தபோதிலும், அவர் உகாண்டாவின் ரட்சகராகவும், வலிமையான மனிதராகவும் தன்னை விளம்பரப்படுத்திக் கொண்டார்.

இடி அமினின் கொடூரமான சர்வாதிகார ஆட்சியின் வடுக்கள் இன்றும் உகாண்டாவின் வரலாற்றில் காணப்படுகின்றன. கட்டுப்பாடற்ற அதிகாரத்தின் அபாயங்களையும், எதேச்சதிகாரத் தலைவர்கள் ஒரு நாட்டிற்குள் உள்ள பிளவுகளைத் தங்கள் சொந்த லாபத்திற்காகச் சுரண்டுவதற்கான சாத்தியத்தையும் அவரது ஆட்சி நினைவூட்டுகிறது. இடி அமினின் ஆட்சி, கட்டுப்பாடற்ற அதிகாரம் ஏற்படுத்தும் அழிவுக்கும், சமூகத்தில் சர்வாதிகார ஆட்சி உண்டாக்கும் ஆழமான தாக்கத்திற்கும் எடுத்துக்காட்டாக நிற்கிறது. படுகொலைகள், ஒழுங்கற்ற நடத்தைகள், மனித உரிமை மீறல்களால் நிறைந்த அவரது கொடூரமான ஆட்சி, ஜனநாயகக் கொள்கைகளை நிலைநிறுத்துவது, மனித உரிமைகளைப் பாதுகாப்பது, கொடுங்கோல் தலைவர்களின் எழுச்சியைத் தடுப்பது ஆகியவற்றின் முக்கியத்துவத்தை நினைவூட்டுகிறது.

உகாண்டாவின் கிராமப்புறப் பகுதியில் பிறந்த அமினின் குழந்தைப் பருவம் அவரது குணாதிசயங்களையும் எதிர்கால நடவடிக்கைகளையும் வடிவமைத்தது. இடி அமினின் தந்தை கக்வா இனக்குழுவைச் சேர்ந்தவர். அவரது தாய் லுக்பாரா இனக்குழுவைச் சேர்ந்தவர். இது அவர்களின் போர் மரபுகளுக்குப் பெயர் பெற்ற இரண்டு இனக்குழுக்களாகும். கிராமப்புறச் சூழலில் அவரது வளர்ப்பு விவசாய வாழ்க்கையின் யதார்த்தங்களை அவருக்கு உணர்த்தியது. அங்கு அவருக்கு வாழ்வாதாரமாக விவசாயமும் கால்நடை வளர்ப்பும் இருந்தன.

இடி அமின் உள்ளூர் மிஷன் பள்ளிகளில் அடிப்படை கல்வியைப் பயின்றார். இந்த நேரத்தில்தான் அவர் பிரிட்டிஷ் காலனித்துவ ஸ்தாபகத்தை முதன்முதலில் சந்தித்தார். இது

பின்னர் அவரது ராணுவ வாழ்க்கைக்கு ஒரு முக்கியப் பின்னணியாக மாறியது. 18 வயதில் இடி அமின் பல்வேறு ஆப்பிரிக்கப் பிரதேசங்களிலிருந்து ஆட்களை ஈர்த்த பிரிட்டிஷ் காலனித்துவப் படைப்பிரிவான 'கிங்ஸ் ஆப்ரிக்கன் ரைபிள்ஸில்' (King's African Rifles - KAR) சேர்ந்தார். ராணுவ வாழ்க்கையில் அமைந்த பயணங்கள் மூலம் நாட்டின் பல்வேறு கலாசாரங்கள், சித்தாந்தங்கள், ராணுவத் தந்திரங்கள், மேலாண்மை ஆகியவற்றை இடி அமின் வளர்த்துக்கொண்டார். உடல் வலிமையையும் போர்வீரர் விழுமியங்களையும் வலியுறுத்தும் சூழலில் இடி அமின் வளர்ந்தது அவரது பிற்காலச் சர்வாதிகார நடத்தைக்கும், வன்முறைக்கும் காரணங்களாக அமைந்தது. காலனித்துவச் சகாப்தம், அதன் படிநிலைகள், அதிகார ஏற்றத்தாழ்வுகள் போன்றவை அதிகாரம் குறித்த அமினின் பார்வையையும், அதைத் தொடர்ந்து மேற்கத்திய சக்திகள் மீதான அவரது எதிர்ப்பையும் உருவாக்கின.

# 4. ஆபரேஷன் என்டெபே

1976 ஜூன் 27 அன்று இஸ்ரேல் தலைநகர் டெல் அவிவிலிருந்து ஏர் பிரான்ஸ் 139 விமானம் 248 பயணிகளுடன் கிளம்பியது. பயணிகளில் பெரும்பாலானோர் இஸ்ரேலியர்கள். விமானம் கிளம்பிய சில நிமிடங்களில் திடீரென்று நான்கு பேர் கைகளில் துப்பாக்கிகளுடன் 'இந்த விமானம் கடத்தப்படுகிறது. எல்லோரும் அமைதியாக இருந்து எங்களுக்கு ஒத்துழைத்தால் நீங்கள் உயிரோடு வீட்டுக்குச் செல்வீர்கள்' என்று மிரட்டப்பட்டனர். பாரிஸுக்கு செல்லவேண்டிய அந்த விமானம் உகாண்டாவின் என்டெபே விமான நிலையத்தில் (Entebbe International Airport) தரையிறக்கப்பட்டது.

இந்த விமானத்தைக் கடத்தியது 'Popular Front for the Liberation of Palestine (PFLP)' என்ற தீவிரவாத அமைப்பு. அவர்கள் இஸ்ரேல் சிறையில் அடைக்கப்பட்டிருந்த நாற்பது பாலஸ்தீனியப் போராளிகள் மற்றும் பிற நாடுகளில் சிறையிலிருக்கும் பதிமூன்று கைதிகளை விடுவிக்கவேண்டும் என்றும் அதற்குப் பணயமாகவே இந்தப் பயணிகள் சிறைபிடிக்கப்பட்டுள்ளனர் என்று தெரிவித்தனர். விமானம் தரையிறங்கியவுடன் கடத்தல்காரர்களுக்குப் பாதுகாப்பாக நூற்றுக்கும் மேற்பட்ட உகாண்டா வீரர்கள் நிறுத்தப்பட்டனர். இந்தக் கடத்தல் திட்டம் குறித்து இடி அமினுக்கு முன்பே தெரிந்திருந்ததால், என்டெபே விமான நிலையத்தில் தீவிரவாதிகள் வரவேற்கப்பட்டனர். தீவிரவாதிகள் பிணைக்கைதிகளில் உள்ள இஸ்ரேலியர்களையும் இஸ்ரேலியரல்லாத யூதர்களையும் தனியாகப் பிரித்து பின்னர் இஸ்ரேலியரல்லாதவர்களை மட்டும் விடுவித்து பாரிஸுக்கு அனுப்பினர். மீதமுள்ள பயணிகள் பணயக் கைதிகளாக வைக்கப்பட்டனர்.

ஜூலை 4ம் தேதிக்குள் பாலஸ்தீனக் கைதிகள் விடுவிக்கப்படாவிட்டால் பணயக் கைதிகளைக் கொன்றுவிடுவதாகக் கடத்தல்காரர்கள் அச்சுறுத்தினர். இஸ்ரேலின் மேல் கொண்ட விரோதத்தால் இடி அமின் இந்தக் கடத்தல் நடவடிக்கைக்கு முழு ஆதரவு கொடுத்தார். 3ம் தேதி இரவு வரை இஸ்ரேல் அரசிடமிருந்து எந்தப் பதிலும் இல்லை. இஸ்ரேல் அரசாங்கத்திற்குக் கைதிகளை விடுவிப்பதில் உடன்பாடு இல்லை. அதே சமயத்தில் தனது மக்களை தீவிரவாததிற்குப் பலி கொடுக்கவும் அவர்கள் விரும்பவில்லை. எனவே இஸ்ரேலிய ராணுவம் ஒரு மீட்பு நடவடிக்கையை மேற்கொள்ள முடிவு செய்தது. 'ஆபரேஷன் தண்டர்போல்ட்' என்ற இந்தத் திட்டத்திற்கு இஸ்ரேலின் சிறப்பு ராணுவப் படை பொறுப்பு ஏற்றுக்கொண்டது.

அதே சமயம் இந்தத் திட்டத்தை ஒரு கிழக்கு ஆப்பிரிக்க அரசாங்கத்தின் உதவியோடுதான் செய்யமுடியும். ஏனென்றால் இந்த மீட்பு நடவடிக்கைக்காகச் செலுத்தப்படும் விமானங்களுக்கு என்டெபே செல்லும் வழியில் எவ்வாறு எரிபொருள் நிரப்புவது என்று திட்டமிட வேண்டியிருந்தது. இஸ்ரேலிய வான்வெளியில் இருந்து நான்கு முதல் ஆறு விமானங்களுக்கு வான்வழியாக எரிபொருள் நிரப்பும் தளவாடத் திறன் இஸ்ரேலியர்களிடம் இல்லை. கென்யா உட்படப் பல கிழக்கு ஆப்பிரிக்க நாடுகள் இஸ்ரேலியர்களின் மேல் அனுதாபம் கொண்டிருந்தாலும், இஸ்ரேல் விமானங்களைத் தங்கள் எல்லைக்குள் தரையிறக்க அனுமதிப்பதன் மூலம் இடி அமின் மற்றும் பாலஸ்தீனியர்களின் கோபத்திற்கு ஆளாக விரும்பவில்லை.

பின்னர் இஸ்ரேல் கென்யாவின் விவசாய அமைச்சர் புரூஸ் மெக்கென்சி மூலம் கென்ய ஜனாதிபதி ஜோமோ கென்யாட்டாவை அனுகி மீட்பு நடவடிக்கைக்கு முன் உளவுத் தகவல்களைச் சேகரிக்க மொசாட்டை அனுமதிக்கவும், கென்யாவின் சர்வதேச விமான நிலையத்தில் எரிபொருள் நிரப்புவதற்கும் இஸ்ரேலிய அரசாங்கம் கென்யாவிடம் அனுமதி பெற்றது. உகாண்டாவின் பழைய விமான நிலையத்தின் வரைபடம், பணயக்கைதிகளின் இருப்பிடம், கடத்தல்காரர்களின் எண்ணிக்கை மற்றும் உகாண்டா ராணுவம் குறித்த தகவல்களை இஸ்ரேலிய உளவுத்துறையான மொசாட் பாரிஸில் விடுவிக்கப்பட்ட பணயக்கைதிகளிடம் பெற்ற தகவல்களின் அடிப்படையில் துல்லியமான திட்டத்தை உருவாக்கியது.

திட்டத்தின்படி செங்கடல் மீது சர்வதேச விமானப் பாதையில் மீட்புக்குழுவினர் இருந்த விமானம் பறந்தது. எகிப்து, சூடான், சவுதி அரேபிய ஆகியவற்றின் ரேடார்கள் விமானத்தைக் கண்டுபிடிப்பதைத் தவிர்ப்பதற்காக விமானங்கள் நூறு அடிக்கு மேல் பறக்கவில்லை. விமானங்கள் செங்கடலின் தெற்கே திரும்பி, ஜிபூட்டிக்கு மேற்கே எத்தியோப்பியன் எல்லைக்குள் சென்று அங்கிருந்து மேற்கு நோக்கித் திரும்பி, விக்டோரியா ஏரி வழியாகச் சென்றனர். அந்த விமானங்களை இரண்டு போயிங் 707 ஜெட் விமானங்கள் பின்தொடர்ந்தன. அதில் மருத்துவ வசதிகளைக் கொண்டிருந்த ஒரு விமானம் கென்யாவின் நைரோபியில் உள்ள சர்வதேச விமான நிலையத்தில் தரையிறங்கியது. இந்த நடவடிக்கையின் தளபதியான ஜெனரல் யெகுடியேல் ஆடம் (General Yekutiel Adam), இரண்டாவது விமானத்தில் இருந்தார், அது என்டெபே விமான நிலையத்தைச் சுற்றி வந்தது.

இஸ்ரேலியப் படைகள் ஜூலை 3ம் தேதி இரவு பதினொரு மணிக்கு என்டெபேயில் தரையிறங்கியது. அந்த விமானத்தில் ஜனாதிபதி இடி அமினின் வாகனம் போலத் தோற்றமளிக்கும் ஒரு கருப்பு மெர்சிடிஸ் கார் மற்றும் அமினின் வாகனத்துடன் வழக்கமாக செல்லும் லேண்ட் ரோவர்ஸ் வாகனம் ஒன்றும் கொண்டு வரப்பட்டன. இந்த வாகனங்களில் சென்றால் இவை இடி அமினின் வாகனங்கள் என்று பாதுகாப்பு அதிகாரிகள் சோதனை செய்யமாட்டார்கள் என்று இஸ்ரேலியர்கள் நம்பினர். இஸ்ரேலிய விமானங்கள் தரையிறங்கிய பின் தாக்குதல் குழு உறுப்பினர்கள் அமினைப் போலவே டெர்மினல் கட்டிடத்திற்கு வாகனங்களை ஓட்டிச் சென்றனர். இடி அமினின் வாகனம் வெள்ளை நிற மெர்சிடிஸ். இதனையறிந்த இரண்டு உகாண்டா காவலர்கள், வாகனங்களை நிறுத்த உத்தரவிட்டனர். உடனே கமாண்டோக்கள் சத்தம் வராத வகையில் தயாரிக்கப்பட்ட கைத்துப்பாக்கிகளைப் பயன்படுத்தி காவலர்களைச் சுட்டனர். இதனைத் தொடர்ந்து மேலும் தாக்குதல் எழலாம் என இஸ்ரேலிய மீட்புக் குழு விரைவாக முனையத்தை அணுகியது.

இஸ்ரேலிய ராணுவத்தினர் 'நாங்கள் இஸ்ரேலியப் பாதுகாவலர்கள். உங்களைக் காப்பாற்றவே வந்திருக்கிறோம்' என்று ஹிப்ருவிலும் ஆங்கிலத்திலும் மாறி மாறிக் கத்திக்கொண்டே பணயக்கைதிகள் தங்க வைக்கப்பட்டுள்ள அறைக்கு அருகே நெருங்கினார்கள். அறையின் கதவு திறந்தவுடன் வீரர்கள் சுட ஆரம்பித்தனர். குழப்பத்தில் யார்

கடத்தல்காரர்கள், யார் பயணிகள் என்று தெரியாததால் சில குண்டுகள் யூதப் பயணிகள் மீது பாய்ந்தது. மெயின் ஹாலில் கடத்தல்காரர்கள் இருப்பதை அறிந்த இஸ்ரேலியப் பாதுகாப்புப் படையினர் ஒரு நொடிகூட தாமதிக்காமல் கடத்தல்காரர்களைச் சுட்டுகொன்றார்கள். எண்டெபே விமானநிலையத்துக்குள் புகுந்து இஸ்ரேலியப் படை பிணைக் கைதிகளை விடுவித்துச் செல்கிறது என்கிற தகவல் உகாண்டா ராணுவத்திற்குத் தாமதமாகவே கிடைத்தது.

இஸ்ரேலிய மீட்புக் குழு தங்கள் விமானத்திற்குத் திரும்பி பணயக்கைதிகளை ஏற்றத் தொடங்கியபோது, உகாண்டா வீரர்கள் அவர்கள் மீது துப்பாக்கிச் சூடு நடத்தினர். சில உகாண்டா வீரர்கள் விமான நிலையக் கட்டுப்பாட்டுக் கோபுரத்திலிருந்து இஸ்ரேலியர்களை நோக்கிச் சுட்டனர். பதிலுக்கு இஸ்ரேலிய வீரர்கள் இயந்திரத் துப்பாக்கிகள் மூலமும் கையெறி குண்டுகளாலும் தாக்கி உகாண்டா ராணுவத்தினரை விரட்டினர். இந்தத் தாக்குதலில் இஸ்ரேலியத் தளபதி கொல்லப்பட்டார். இஸ்ரேலியர்கள் பணயக்கைதிகளைப் பத்திரமாக மீட்டு தளபதியின் உடலை விமானம் ஒன்றில் ஏற்றி, விமான நிலையத்தை விட்டு வெளியேறினர். இந்த முழு மீட்பு நடவடிக்கையும் 53 நிமிடங்கள் நீடித்தது. இதில் ஏழு கடத்தல்காரர்களும் நாற்பது உகாண்டா வீரர்களும் கொல்லப்பட்டனர். மேலும் உகாண்டா ராணுவத்தின் இரண்டு நவீனப் போர் விமானங்கள் அழிக்கப்பட்டன. பணயக்கைதிகளில் மூன்று பேர் கொல்லப்பட்டனர். பத்துப் பேர் காயமடைந்தனர். மீட்கப்பட்ட 102 பணயக்கைதிகள் சோதனைக்குப் பிறகு கென்யாவின் நைரோபி வழியாக இஸ்ரேலுக்கு விமானம் மூலம் அனுப்பப்பட்டனர்.

இந்தத் தாக்குதல் பற்றி அறிந்தவுடன் சீற்றம் கொண்ட இடி அமின், இஸ்ரேலியர்கள் தாக்குவார்கள் என்று தெரிந்திருந்தால் அவர்களுக்கு ஒரு பாடம் கற்பித்திருக்க முடியும் என்று பெருமையடித்துக் கொண்டார். இந்தத் தாக்குதலில் இஸ்ரேலியர்களுடன் ஒத்துழைத்தார்கள் என்ற சந்தேகத்தின் பேரில் பதினான்கு உகாண்டா ராணுவத்தினர் கைது செய்யப்பட்டு, அவர்களில் பன்னிரண்டு பேரைத் தனது கைத்துப்பாக்கியால் சுட்டுக் கொன்றார் இடி அமின்.

இந்தத் தாக்குதலுக்கு இஸ்ரேலுக்கு கென்யா உதவியதால் அதற்குப் பதிலடியாக உகாண்டாவில் வசிக்கும்

**மீட்கப்பட்ட பயணிகள்**

நூற்றுக்கணக்கான கென்யர்களைக் கொல்ல இடி அமின் உத்தரவிட்டார். உகாண்டா விமான நிலைய ஊழியர்கள் உட்பட 245 கென்யர்கள் கொல்லப்பட்டனர். மேலும் சுமார் மூவாயிரம் கென்யர்கள் உகாண்டாவிலிருந்து அகதிகளாக வெளியேறினர். மே 24, 1978 அன்று, கென்யாவின் விவசாய அமைச்சர் புரூஸ் மெக்கென்சி அவரது விமானத்தில் இணைக்கப்பட்டிருந்த குண்டு வெடித்ததில் கொல்லப்பட்டார். கென்யாவின் தலையீடு மற்றும் தாக்குதலுக்கு முன்னர் மெக்கென்சியின் நடவடிக்கைகளுக்குப் பழிவாங்கும் விதமாக மெக்கென்சியை படுகொலை செய்ய உகாண்டா ஜனாதிபதி இடி அமின் உத்தரவிட்டார் என்று சிலர் கருதுகின்றனர்.

இதன் மூலம் இடி அமினின் ஆட்சி பரவலான சர்வதேச எதிர்ப்பையும் கண்டனத்தையும் எதிர்கொண்டது. சர்வதேசச் சமூகத்தின் இந்த எதிர்ப்பு, அவரது மிருகத்தனமான, கணிக்க முடியாத நடத்தை, அப்பட்டமான மனித உரிமை மீறல்கள், பொறுப்பற்ற வெளியுறவுக் கொள்கை முடிவுகள், உகாண்டாவின் எல்லைகளுக்கு உள்ளேயும் அதற்கு அப்பாலும் எடுக்கப்பட்ட ஸ்திரமற்ற நடவடிக்கைகள் ஆகியவற்றிற்கான பின்விளைவே ஆகும். இடி அமினின் ஆட்சி உலக அரங்கில் உகாண்டாவைத் தனிமைப்படுத்தியது. அமின் ஆட்சி ஊடகவியலாளர்கள் மற்றும் ஊடக நிறுவனங்களைக் குறிவைத்து, கருத்துச் சுதந்திரத்தை நசுக்கினார்.

# 5. சர்வாதிகாரத்தைக் கையாளுதல்

இடி அமின் ஆட்சி தீவிர எதேச்சதிகாரப் போக்கோடு செயல்பட்டு, மாற்றுக் கருத்துகளை ஒடுக்கினார். இதற்கு எழும் எதிர்ப்பை அடக்க வன்முறை, சித்திரவதை மற்றும் அச்சுறுத்தலைப் பயன்படுத்தினார். இது நாட்டை அச்சத்தில் ஆழ்த்தியது. அரசியல் எதிரிகள், ஊடகவியலாளர்கள், புத்திஜீவிகள் மற்றும் அவரது அதிகாரத்திற்கு அச்சுறுத்தலாகக் கருதப்படும் எவருக்கும் அவரது காட்டுமிராண்டித்தனம் பதிலடியாகக் கிடைத்தது. இடி அமினின் ஆட்சியின் மிகக் கொடூரமான அம்சங்களில் ஒன்று அவரது உத்தரவின்கீழ் நடந்த வெகுஜனக் கொலைகள். இந்தக் கொலை ஆணைகள் மூலம் இனச் சிறுபான்மையினர், அரசியல் எதிரிகள் மற்றும் பொதுமக்கள் கொல்லப்பட்டனர். இதன் விளைவாக உகாண்டா வரலாற்றில் இருண்ட அத்தியாயம் ஒன்று உருவானது. இடி அமின் பல்வேறு நாடுகளுடனான உறவுகளைச் சீர்குலைத்ததால் உகாண்டா சர்வதேச தனிமைப்படுத்தலுக்கும் உள்ளானது. அவரது ஒழுங்கற்ற நடத்தை மற்றும் கணிக்க முடியாத தன்மை ஆகியவை, அவரை உலகநாடுகளின் கடினமான தலைவராக ஆக்கியது.

இடி அமினின் எதிர்மறைக் குணங்கள் உகாண்டாவின் வரலாற்றிலும், அவரது ஆட்சியில் பாதிக்கப்பட்டவர்களின் நினைவிலும் இன்றும் ஆழமாகப் பதிந்துள்ளன. எதேச்சதிகாரம், படுகொலைகள், இனச்சுத்திகரிப்பு, பொருளாதார சீரழிவு கொண்ட அவரது மிருகத்தனமான ஆட்சி, கட்டுப்பாடற்ற அதிகாரத்தின் ஆபத்துக்களையும், மகத்தான மனிதத் துன்பங்களுக்கான சாத்தியக்கூறுகளையும் அப்பட்டமாக நினைவூட்டுகின்றன. சமூகத்தில் சர்வாதிகாரத் தலைமையின் சிக்கலான தாக்கத்தைப் புரிந்து கொள்வதற்கும் எதிர்காலத்தில் இதுபோன்ற அட்டூழியங்கள் நிகழாமல் தடுப்பதற்கான கட்டாயத்தைப் புரிந்துகொள்வதற்கும் இடி அமினின் இருண்ட அம்சங்களை உற்றுப் பார்ப்பது அவசியம்.

ஒரு கட்டத்தில் அமினின் அரசியல் வாழ்க்கை உகாண்டாவின் எல்லைகளுக்கு அப்பால் விரிவடைந்தது. அவர் சர்வதேசக் கூட்டணிகளில் ஈடுபட்டார். வெளியுறவுக் கொள்கையில் அவரது அணுகுமுறை பெரும்பாலும் கணிக்க முடியாததாக இருந்தது. இது பல்வேறு நாடுகளுடனான உகாண்டாவின் உறவுகளைச் சீர்குலைக்க வழிவகுத்தது. இதனால் யுனைடட் ஸ்டேட்ஸ் போன்ற நாடுகளுடனான உறவு சீர்குலைந்தது. 1976 ஆபரேஷன் என்டெபே போன்ற நடவடிக்கைகள், சர்வதேச விவகாரங்களில் அவரது ஒழுங்கற்ற அணுகுமுறையையும், எந்த நேரத்தில் இடி அமின் என்ன செய்வார் என்பதை வரையறுக்க முடியாது என்பதையும் அடிக்கோடிட்டுக் காட்டின.

1972ம் ஆண்டு உகாண்டாவிலிருந்து நாடுகடத்தப்பட்டவர்களின் ஆதரவோடு ஒபாடே ஒரு படையெடுப்பு நடத்தினார். இடி அமின் இதற்குப் பதிலடியாக உகாண்டா ராணுவத்தில் இருந்த ஒபாடேவின் ஆதரவாளர்களான அச்சோலி மற்றும் லாங்கோ இனக்குழுக்களைச் சேர்ந்தவர்களை படுகொலை செய்தார். இந்தச் சம்பவத்தில் சுமார் ஐந்தாயிரம் அச்சோலி மற்றும் லாங்கோ வீரர்கள் மற்றும் பொதுமக்கள் காணாமல் போயினர். பாதிக்கப்பட்டவர்களில் பிற இனக்குழுக்கள், மதத் தலைவர்கள், ஊடகவியலாளர்கள், கலைஞர்கள், மூத்த அதிகாரிகள், நீதிபதிகள், வழக்கறிஞர்கள், மாணவர்கள் மற்றும் வெளிநாட்டுப் பிரஜைகள் ஆகியோர் அடங்குவர். இன, அரசியல் மற்றும் நிதி காரணங்களால் செய்யப்பட்ட கொலைகள் இடி அமின் ஆட்சியில் இருந்த எட்டு ஆண்டுகள் முழுவதும் தொடர்ந்தன. கொல்லப்பட்டவர்களின் குறைந்தபட்சம் 80,000 முதல் 300,000க்கும் அதிகமாக இருக்கலாம் எனச் சர்வதேச நீதிபதிகள் ஆணையம் மதிப்பிட்டுள்ளது.

> ‘இடி அமினின் வினோதமான நடத்தை அவரது பழங்குடிப் பின்னணியிலிருந்து வந்ததாக தெரிகிறது. இடி அமினின் பழங்குடி இனக்குழுவான காக்வா கொல்லப்பட்ட எதிரிகளுக்கு ரத்த சடங்குகளைக் கடைப்பிடித்ததாக அறியப்படுகிறது. இறந்த மனிதனின் ஆவியை அடக்குவதற்கு உடலில் இருந்து ஒரு சதைப் பகுதியை வெட்டுவது அல்லது ரத்தத்தைச் சுவைப்பது போன்றவை இதில் அடங்கும். இத்தகையச் சடங்குகளைக் கண்ட இடி அமினின் நடைமுறைகள் ரத்தத்தை ருசிப்பதோடு நின்றுவிடுவதில்லை.

பல சமயங்களில் அவர் மனிதச் சதையைச் சாப்பிட்டதாகவும் பெருமையோடு கூறுவார்.

- State of Blood:The Inside Story of Idi Amin, Henry Kyemba.'

இடி அமின் செய்த மிகக் கொடூரமான குற்றங்களில் ஒன்று அரசியல் எதிரிகளைக் கொன்றது. அவரது ஆட்சி ராணுவம், அரசாங்கம் மற்றும் பொதுமக்கள் மத்தியில் களையெடுப்புகளை மேற்கொண்டது. இவரது ஆட்சிக் காலத்தில் இறந்தவர்களின் எண்ணிக்கை ஆயிரக்கணக்கில் இருந்து நூறாயிரக்கணக்கில் இருக்கும் என்று மதிப்பிடப்பட்டுள்ளது. அச்சத்தை ஏற்படுத்துவதற்கும் கட்டுப்பாட்டைப் பேணுவதற்கும் ஒரு வழிமுறையாக மரணதண்டனைகள் மேற்கொள்ளப்பட்டன. தனி நபர்களை உடல் ரீதியாகவும் உளவியல் ரீதியாகவும் சித்திரவதைக்கு உட்படுத்தியது. அடிதடிகள், மின்சார அதிர்ச்சிகள் மனசிதைவுகள் உள்ளிட்ட கொடூரமான முறைகளின் அறிக்கைகள் உயிர் பிழைத்தவர்களிடமிருந்து வெளிவந்தன. பாதிக்கப்பட்ட பலர் வலுக்கட்டாயமாகக் காணாமல் ஆக்கப்பட்டனர், இதனால் குடும்பங்கள் வேதனையிலும் நிச்சயமற்ற நிலையிலும் இருந்தன.

இடி அமினின் ஆட்சி பகண்டா, அச்சோலி மற்றும் கிறிஸ்தவர்கள் உள்ளிட்ட மத சிறுபான்மையினரைக் குறிவைத்தது. அவரது வெளியேற்றங்கள் பெரும்பாலும் இன அல்லது மத இணைப்பை அடிப்படையாகக் கொண்டிருந்தன. இது பரவலான துன்பத்திற்கும் இடப்பெயர்வுக்கும் வழிவகுத்தது. இடி அமினின் வன்முறையிலிருந்து பெண்களும் தப்பவில்லை. பெண்கள்· பாலியல் வன்புணர்வு, பாலியல் வன்கொடுமை மற்றும் கட்டாயத் திருமணம் போன்ற செயல்களுக்கு உட்படுத்தப்பட்டனர்.

இடி அமினின் ஆட்சி கருத்து வேறுபாடுகளையும் கருத்துச் சுதந்திரத்தையும் திட்டமிட்டு நசுக்கியது. ஊடகவியலாளர்கள், எழுத்தாளர்கள் இலக்கு வைக்கப்பட்டனர். ஊடக நிறுவனங்கள் தணிக்கை செய்யப்பட்டன எதிர்த்த ஊடகங்கள் மூடப்பட்டன. ஆட்சியின் நடவடிக்கைகள் குறித்து வெளிப்படையாக விவாதிப்பதையும் விமர்சிப்பதையும் அச்சமான சூழல் தடுத்தது. இடி அமினின் பொருளாதாரக் கொள்கைகள், தவறான நிர்வாகம் ஆகியவை கடுமையான உணவுப் பற்றாக்குறைக்கும் பஞ்சத்திற்கும் பங்களித்தன.

ஆசியர்களின் வெளியேற்றம், தேசியமயமாக்கல் முயற்சிகள் போன்றவை பொருளாதாரத்தைச் சீர்குலைத்து பொருளாதார வீழ்ச்சிக்கு வழிவகுத்தது.

அடக்குமுறை ஆட்சிகளுக்கு முன்னால் மனித உரிமைகள், நீதி, பொறுப்புக்கூறல் ஆகியவற்றை நிலைநிறுத்துவதன் முக்கியத்துவத்தைப் பற்றிய ஒரு சக்தி வாய்ந்த எச்சரிக்கைக் கதையாக அவரது கொடூரமான ஆட்சியின் நினைவு செயல்படுகிறது. இடி அமினது ஆட்சி கொடூரமான, அடக்குமுறையாக இருந்தபோதிலும், அவர் பதவியில் இருந்த காலத்தில் பல்வேறு தரப்பினரிடமிருந்து ஆதரவைப் பெற முடிந்தது. இடி அமின் அதிகாரத்திற்கு வருவதற்கு முக்கிய ராணுவப் பிரிவுகளின் ஆதரவு உதவியது. அவர் ராணுவத்திற்குள் பிளவுகளை மூலதனமாக்கிக் கொண்டார். அதிகாரிகளின் ஆதரவைப் பெற்றார்.

இடி அமின் பெரும்பாலும் தனது சொந்த இனக் குழு மற்றும் பிராந்தியத்தில் உள்ள தனிநபர்களிடமிருந்து, குறிப்பாக கக்வா மற்றும் லுக்பரா சமூகங்களிடமிருந்து ஆதரவைப் பெற்றார். அவர் இனப் பதற்றங்களைக் கையாண்டு, தனது அரசியலுக்கு அவர்களின் ஆதரவைப் பயன்படுத்தி, விளிம்பு நிலைக் குழுக்களின் வெற்றியாளராகத் தன்னை நிலைநிறுத்திக் கொண்டார். இடி அமினின் ஆட்சி ஆதரவாளர்களுக்கு வளங்களையும் பதவிகளையும் பகிர்ந்தளித்தது. இந்த உதவிகளினால் பல தனிநபர்களும் குழுக்களும் பயனடைந்தன.

இடி அமினின் குடும்பம் அவரது ஆட்சியை ஆதரிப்பதிலும் நிலை நிறுத்துவதிலும் குறிப்பிடத்தக்கப் பங்கைக் கொண்டிருந்தது. குடும்ப விசுவாசம் ஒரு நேர்மறையான பண்பாக இருக்கலாம் என்றாலும், அமினின் விஷயத்தில், இது பெரும்பாலும் அதிகாரத்தை உறுதிப்படுத்தவும், கட்டுப்பாட்டைப் பராமரிக்கவும், அவரது அடக்குமுறை ஆட்சியின் நீண்ட ஆயுளை உறுதிப்படுத்தவும் பயன்படுத்தப்பட்டது. அவரது குடும்ப உறுப்பினர்களுக்கு அதிகாரம், செல்வாக்கு மற்றும் சலுகைப் பதவிகள் வழங்கப்பட்டன. பெரும்பாலும் பரந்த உகாண்டா மக்களின் இழப்பில்தான் அவை அவர்களுக்கு வழங்கப்பட்டன என்பது வேதனைக்குரியது.

இடி அமினின் குடும்ப உறுப்பினர்கள் அரசாங்கத்திலும் ராணுவத்திலும் முக்கியப் பதவிகளுக்கு நியமிக்கப்பட்டனர். இது அவரது ஆட்சியின் குறுக்கீடுகளை எடுத்துக்காட்டுகிறது.

அவரது மைத்துனர் பிரிகேடியர் ஐசக் மலியமுங்கு, உள்நாட்டுப் பாதுகாப்பு மற்றும் மாற்றுக் கருத்துகளை ஒடுக்குவதற்குப் பொறுப்பான அரச ஆராய்ச்சி பணியகத்தின் (எஸ்.ஆர்.பி) தலைவராக ஒரு சக்திவாய்ந்த பதவியை வகித்தார். இது கண்காணிப்பு மற்றும் நிர்ப்பந்தத்தின் மூலம் அதிகாரத்தின் மீது ஒரு இறுக்கமான பிடியைப் பராமரிக்க இடி அமினுக்கு உதவியது.

இடி அமினின் குடும்ப உறுப்பினர்கள் அவரது முடிவெடுக்கும் செயல்முறையில் குறிப்பிடத்தக்கச் செல்வாக்கைச் செலுத்தினர். அவரது மூன்றாவது மனைவி சாரா கியோலாபா, அரசியல் அனுபவம் இல்லாத போதிலும், அவர் மீது கணிசமான ஆதிக்கம் செலுத்தினார். அரசு விவகாரங்களில் ஈடுபட்டார். உத்தியோகபூர்வ நிகழ்வுகளில் அவர் கலந்து கொண்டதும், ஊழல் மோசடிகளில் அவர் ஈடுபட்டதாகக் கூறப்படுவதும் இடி அமினின் குடும்ப உறுப்பினர்கள் தனிப்பட்ட ஆதாயத்திற்காக அவரது அதிகாரத்தை எந்த அளவுக்குக் கையாள முடியும் என்பதைக் காட்டியது.

இடி அமினின் குடும்பம் பொருளாதார நடவடிக்கைகளில் ஈடுபட்டு அரசு வளங்களை அணுகியது. அவரது மனைவிகளும் குழந்தைகளும் வணிக முயற்சிகள் மற்றும் பொது மக்களுக்கு மறுக்கப்பட்ட நிதி அனுகூலங்களால் பயனடைந்தனர். எடுத்துக்காட்டாக, அவரது மனைவிகளில் ஒருவரான நோரா காபி வர்த்தகத்தில் ஈடுபட்டார். அவரது குடும்பம் அவர்களின் பதவிகளைப் பொருளாதார ஆதாயத்திற்காக எவ்வாறு பயன்படுத்தியது என்பதை மேலும் விளக்குகிறது. இடி அமினின் ஆட்சி ஒற்றுமை மற்றும் ஸ்திரத்தன்மையின் பிம்பத்தை முன்னிறுத்துவதற்காக அவரது குடும்பத்திற்குள் பகிரங்க விசுவாசத்தைக் காட்டியது.

இடி அமினின் மகன்களில் ஒருவரான தபன் அமின், ராணுவ அனுபவம் இல்லாத போதிலும், பாராட்ரூப்பர் பட்டாலியனின் தலைவராக நியமிக்கப்பட்டார். தகுதிகளைப் பொருட்படுத்தாமல் குடும்ப உறுப்பினர்களுக்கு அதிகாரப் பதவிகளை வழங்க அமினின் விருப்பத்தை இந்த நியமனம் எடுத்துக்காட்டியது. அமினின் மருமகன் பீட்டர் செமாடிம்பா, மாவட்ட ஆணையராக, நிர்வாக அதிகாரியாக நியமிக்கப்பட்டார். இந்த நியமனம் குடும்ப உறவுகள் மற்றும் அரசியல் செல்வாக்கிற்கு எடுத்துக்காட்டாக இருந்தது. இடி அமின் குடும்ப உறவுகளை ஆதரவுக்காகப் பயன்படுத்தியமை

திறமை மற்றும் உகாண்டா மக்களின் நல்வாழ்வைவிடத் தனிப்பட்ட விசுவாசத்திற்கு முன்னுரிமை அளிப்பதற்கான அவரது விருப்பத்தை வெளிப்படுத்தியது. அவரது குடும்ப உறுப்பினர்களுக்கு அதிகாரமும் செல்வாக்கும் வழங்கப்பட்டன. இது அவரது அடக்குமுறை ஆட்சியைத் தக்கவைக்க அவர்களுக்கு உதவியது.

இடி அமினின் வாழ்க்கை முறை ஆடம்பரம், விருந்துகள், விலையுயர்ந்த ஆடைகள், ஆடம்பரச் செல்வக் காட்சிகளால் வகைப்படுத்தப்பட்டது. உகாண்டாவின் பெரும்பான்மையான மக்கள் பொருளாதாரத் துன்பங்களுடன் போராடியபோது அவர் ஆடம்பரத்தால் சூழப்பட்டார். இது அன்றாட வாழ்க்கையின் யதார்த்தங்களிலிருந்து அவரது விலகலை வெளிப்படுத்தியது.

இடி அமினின் ஆட்சி அச்சம் மற்றும் அச்சுறுத்தல் மூலம் கட்டுப்பாட்டைப் பேணியது. இது மகிழ்ச்சி பற்றிய எண்ணத்திலிருந்து வெகு தொலைவில் இருந்தது. மாற்றுக்கருத்து வன்முறை, சித்திரவதை மற்றும் மரணதண்டனைக்கு உள்ளானது. இந்த அச்சச் சூழல் மக்களிடையே உண்மையான நல்வாழ்வு உணர்வை நசுக்கியது. இடி அமின் ஆடம்பரமான தலைப்புகளின் நீண்ட பட்டியலைப் பயன்படுத்தி தன்னைக் குறிப்பிட்டார். இந்தத் தலைப்புகள் அவரது ஊதிப்பெருக்கப்பட்ட 'ஈகோ'வின் அடையாளமாக இருந்தன. இத்தகைய பட்டங்கள் ஒரு மகிழ்ச்சியான வாழ்க்கைக்குப் பங்களித்தன என்று அவர் நம்பினாலும், அவை சாதாரண உகாண்டா மக்களின் துன்பத்திலிருந்து பிரிக்கப்பட்டவையாகவும், தனிமைப்படுத்தப்பட்டவையாகவும் பார்க்கப்பட்டன.

இடி அமினின் பொருளாதாரக் கொள்கைகள் உகாண்டாவின் பொருளாதார வீழ்ச்சிக்குப் பங்களித்தன. தனது மக்களின் நல்வாழ்வை விடத் தனிப்பட்ட இன்பத்திற்கும் மிருகத்தனத்திற்கும் முன்னுரிமை அளிக்கும் அவரது விருப்பத்தால் சிதைக்கப்பட்டது. அவரது ஆடம்பரமான வாழ்க்கை முறை பெரும்பான்மையினர் அனுபவித்த வறுமை மற்றும் துன்பத்துடன் முரண்பட்டது. இடி அமினின் ஆட்சி உகாண்டா மக்களுக்குச் செழிப்பையும் சிறந்த வாழ்க்கையையும் உறுதியளித்தது. ஆனால், இந்த வாக்குறுதிகள் நிறைவேற்றப்படவில்லை. மாறாக, அவரது ஆட்சி வன்முறை, ஸ்திரமின்மை, பொருளாதார வீழ்ச்சி ஆகியவற்றால் குறிக்கப்பட்டது. அவரது தலைமையின்கீழ்

ஒரு மகிழ்ச்சியான வாழ்க்கைக்கான கனவுகள் அவரது சர்வாதிகார ஆட்சியின் யதார்த்தங்களால் தகர்க்கப்பட்டன.

இடி அமின், அவரது ஆட்சி மற்றும் ஆளுமையின் சிக்கலான தன்மை காரணமாக வரலாற்றில் ஒரு புதிரான நபராக இருந்தார். அவரது கொடூரமான ஆட்சி மனித உரிமை மீறல்கள் பரவலாக அறியப்பட்டாலும், மற்ற சர்வாதிகாரிகளிடமிருந்து அவரை வேறுபடுத்தும் தனித்துவமான அம்சங்கள் உள்ளன. இடி அமினின் தனித்துவத்தைப் பற்றிப் படிப்பது அவரது ஆளுமையின் சிக்கலான அடுக்குகளையும் அவரது ஆட்சியின் தாக்கத்தையும் வெளிச்சம் போட்டுக் காட்டும்.

இடி அமினின் கணிக்க முடியாத நடத்தை அவரைப் பல தலைவர்களிடமிருந்து வேறுபடுத்திக் காட்டியது. அவரது பிரம்மாண்டமான கூற்றுக்கள், ஒழுங்கற்ற முடிவுகள் மனக்கிளர்ச்சியான நடவடிக்கைகள் பெரும்பாலும் பகுத்தறிவை மீறுகின்றன. இந்தக் கணிக்க முடியாத தன்மை அவரது நெருங்கிய கூட்டாளிகளிடையே அச்சம் மற்றும் நிச்சயமற்ற சூழலுக்குப் பங்களித்தது. இடி அமின் ஒரு வசீகரமான, காந்த ஆளுமையைக் கொண்டிருந்தார். இது மக்களில் சில பிரிவினரின் கவனத்தையும் பாராட்டையும் ஈர்க்க அனுமதித்தது. துருப்புக்களை அணி திரட்டுவதற்கும், தனிப்பட்ட மட்டத்தில் மக்களுடன் தொடர்புகொள்வதற்கும் அவரது திறன் ராணுவத்தின் அணிகளில் விரைவான உயர்வுக்குப் பங்களித்தது.

பான்—ஆப்பிரிக்கவாதம், காலனித்துவ எதிர்ப்பு உணர்வுகள் மீதான இடி அமினின் முக்கியத்துவம் அவரைச் சொல்லாட்சியின் அடிப்படையில் வேறுபடுத்திக் காட்டியது. ஆப்பிரிக்க ஒற்றுமை மற்றும் தற்சார்பு ஆகியவற்றின் பாதுகாவலராக அவர் தன்னை நிலைநிறுத்திக் கொண்டார். தேசியவாத உணர்வையும் பிராந்தியப் பெருமையையும் ஈர்த்தார். இருப்பினும், அவரது நடவடிக்கைகள் பெரும்பாலும் இந்த லட்சியங்களுக்கு முரணாக இருந்தன.

இடி அமினின் இருண்ட நகைச்சுவை உணர்வு, தனது எதிரிகள் மற்றும் பாதிக்கப்பட்டவர்களைப் பற்றி முரட்டுத்தனமான நகைச்சுவைகளைச் செய்யும் போக்கு அவரது தனித்துவத்தை மேலும் எடுத்துக்காட்டியது. விமர்சனங்களைத் திசை திருப்பவும், தனது செயல்களின் தீவிரத்தைக் குறைத்து மதிப்பிடவும் நகைச்சுவையை ஒரு கருவியாக அவர் அவ்வப்போது பயன்படுத்தினார். இது அவரது ஆளுமைக்குச் சிக்கலைத்தான் சேர்த்தது.

பாலஸ்தீனப் போராளிகள் போன்ற பயங்கரவாத, தீவிரவாத குழுக்களை ஆதரிப்பதற்கான இடி அமினின் விருப்பம், உலகளாவிய மேற்கத்திய எதிர்ப்பு உணர்வுகளுடன் அவர் இணைந்திருப்பதை நிரூபித்தது. வழக்கத்திற்கு மாறான கூட்டணிகளுக்கான இந்த ஆதரவு அவரைப் பிராந்தியத்திலும் அதற்கு அப்பாலும் உள்ள மற்ற தலைவர்களிடமிருந்து வேறுபடுத்திக் காட்டியது. 'பூமியின் அனைத்து மிருகங்களின் இறைவன்' மற்றும் 'கடலின் மீன்கள்' போன்ற அவரது நீண்ட பட்டங்கள் அவரது தனித்துவமான ஆளுமையை அதிகரித்தன.

ராஜதந்திரத்திற்கான இடி அமினின் வழக்கத்திற்கு மாறான அணுகுமுறை, பெரும்பாலும் திடீர் முடிவுகள் மற்றும் பல நாடுகளுடனான உறவுகளில் விரிசல் ஆகியவற்றால் உண்டானது. சர்வதேச அரசியலில் அவரை வேறுபடுத்திக் காட்டியது. உலக அரங்கில் அவரது ஒழுங்கற்ற நடத்தை அவருக்கு அவப்பெயரையும் கண்டனத்தையும் பெற்றுத் தந்தது.

இடி அமின், பல்வேறு வணிக முயற்சிகளில் ஈடுபட்டதற்காக அறியப்பட்டார். இது தனிப்பட்ட சொத்துகளைக் குவிக்கவும் தனது அதிகாரத்தை உறுதிப்படுத்தவும் அனுமதித்தது. அவரது வணிக நடவடிக்கைகளில் பெரும்பாலும் சுரண்டல், ஊழல், அதிகாரப் பதவியைத் துஷ்பிரயோகம் செய்தல் ஆகியவை அடங்கும். நிதி மற்றும் வளங்களைத் தனது தனிப்பட்ட நலன்கள் மற்றும் வணிக முயற்சிகளுக்குத் திசை திருப்பினார். சொந்த ஆதாயத்திற்காக அரசு வளங்களைச் சுரண்டுவது அவரது ஆட்சியின் அடையாளமாக இருந்தது. இடி அமினின் ஆட்சி விவசாயம், சுரங்கம், வர்த்தகம் போன்ற தொழில்களைக் கட்டுப்படுத்த முயன்றது. இந்தத் துறைகளின் மீது கட்டுப்பாட்டைச் செலுத்துவதன் மூலம், அவர் வருவாயை ஈட்ட முடியும் பொருளாதார நடவடிக்கைகளைத் தனக்குச் சாதகமாக மாற்ற முடியும். எடுத்துக்காட்டாக, அவர் காபி மற்றும் பருத்தி உற்பத்தியை எடுத்துக் கொண்டார். இந்த முக்கிய ஏற்றுமதிகளிலிருந்து லாபங்களைப் பெற்றார்.

நாட்டைவிட்டு வெளியேற்றப்பட்ட ஆசியர்கள் உள்ளிட்ட தனி நபர்களிடமிருந்து நிலத்தையும் சொத்துகளையும் வலுக்கட்டாயமாக அபகரிப்பதில் இடி அமினின் ஆட்சி பெயர் பெற்றது. இந்தச் சொத்துகளை அவர் உரிமை கொண்டாடினார் அல்லது தனது விசுவாசமான ஆதரவாளர்களுக்கு மறுபகிர்வு செய்தார். இந்த நிலமும்

சொத்து அபகரிப்பும் அவரது அதிகாரத்தையும் செல்வத்தையும் மேலும் பலப்படுத்த அனுமதித்தது. இடி அமினின் ஆட்சி வர்த்தக நடவடிக்கைகளில் பெரும்பாலும் பினாமிகள் மற்றும் முன்னணி நிறுவனங்கள் மூலம் ஈடுபட்டது. வணிகத்தின் மீதான இந்தக் கட்டுப்பாடு மக்கள் மீது அவருக்குக் கூடுதல் செல்வாக்கைக் கொடுத்தது. இடி அமினின் ஆட்சி ஊழலால் குறிக்கப்பட்டது. அவர் உகாண்டாவிற்குள் செயல்பட விரும்பும் வணிகங்களிடமிருந்து லஞ்சம் கோரினார். இக்கோரிக்கைகளுக்கு இணங்கத் தவறினால், கடுமையான விளைவுகள் ஏற்பட்டு, பொருளாதார நடவடிக்கைகள் மீதான அவரது கட்டுப்பாட்டை மேலும் வலுப்படுத்தியது.

இடி அமினின் ஆட்சி தனது சொந்த நலனுக்காக வெளிநாட்டு உதவிகளையும் கையாண்டது. வளர்ச்சித் திட்டங்கள், மனிதாபிமான உதவிகளுக்காக ஒதுக்கப்பட்ட நிதிகளை அவர் தனது தனிப்பட்ட கணக்குக்குத் திருப்பிவிட்டார். வெளிநாட்டு உதவி வளங்களின் இந்த மோசடி சாதாரண உகாண்டா மக்களின் துன்பத்திற்குப் பங்களித்தது. அவர்களுக்கு மிகவும் தேவையான ஆதரவு மறுக்கப்பட்டது. இடி அமின் பல்வேறு வணிக முயற்சிகளில் ஈடுபட்டது, அரச வளங்கள், கைத்தொழில்கள், வர்த்தகத்தின் மீதான அவரது ஆட்சியின் கட்டுப்பாடு, மக்கள் பாதிக்கப்பட்ட அதே வேளையில் கணிசமான செல்வத்தைக் குவிக்க அவரை அனுமதித்தது. இடி அமினின் வணிக நடவடிக்கைகள் அவரது ஆட்சியின் இருண்ட அடித்தளத்தையும் உகாண்டா மக்களின் நல்வாழ்வில் அவர் காட்டிய அலட்சியத்தையும் காட்டுகின்றன.

அதிகாரத்தையும் சுய முக்கியத்துவத்தையும் ஆடம்பரமாக வெளிப்படுத்துவது அவரது தனிப்பட்ட தோற்றம் முதல் பொது நிகழ்வுகள் வரை பிரதிபலித்தது. அவர் பெரும்பாலும் ஏராளமான பதக்கங்களுடன் அலங்கரிக்கப்பட்ட ராணுவச் சீருடைகளை அணிந்திருந்தார். அவரது உடை, அவரது பதவி மற்றும் அதிகாரத்தை முன்னிலைப்படுத்தவும், ராணுவப் பின்னணியை வலியுறுத்தவும் வடிவமைக்கப்பட்டது. இந்தச் சீருடைகள் ஆயுதப்படைகளின் தலைவராக அவரது பங்கை, அவரது அதிகாரப் பிம்பத்தை அதிகரித்தன.

இடி அமின் தனது பிரம்மாண்டமான சுய பிம்பத்தை வெளிப்படுத்தும் ஆடம்பரமான பட்டங்களை வழங்குவதில் பெயர் பெற்றவர். ‘பிரிட்டிஷ் சாம்ராஜ்யத்தை வென்றவர்’ மற்றும் ‘ஸ்காட்லாந்தின் கடைசி மன்னர்’ போன்ற அவரது

பட்டங்கள் அவரது முக்கியத்துவத்தையும் அதிகாரத்தையும் வலியுறுத்துவதை நோக்கமாகக் கொண்டிருந்தன. இடி அமின் தனது சக்தியையும் அதிகாரத்தையும் வெளிப்படுத்த ஆடம்பரமான ராணுவ அணிவகுப்புகளையும் பொது நிகழ்வுகளையும் ஏற்பாடு செய்தார். இந்த நிகழ்வுகளின் நோக்கம் உள்நாட்டு மக்களுக்கும் சர்வதேசச் சமூகத்திற்கும் பலம் மற்றும் கட்டுப்பாட்டின் பிம்பத்தை முன்வைப்பதாகும்.

இடி அமின் தனது அதிகாரத்தை வலுப்படுத்த குறியீட்டுவாதத்தையும் பிம்பங்களையும் பயன்படுத்தினார். அவரது தனிப்பட்ட முத்திரையில் ஒரு முதலை இருந்தது. அவர் தன்னைக் 'கருப்பு காளை' அல்லது 'பிக் டாடி முதலை' என்று குறிப்பிட்டார். இந்தச் சின்னங்கள் பயத்தையும் மரியாதையையும் தூண்டுவதற்குப் பயன்படுத்தப்பட்டன. 'தற்கொலைப் படை' அல்லது 'பிளாக் மாம்பாக்கள்' என்று அழைக்கப்படும் தேர்ந்தெடுக்கப்பட்ட பாதுகாவலர்கள் குழு எப்போதும் இடி அமினோடு இருந்தது. இந்தக் காவலர்கள் தங்கள் விசுவாசத்திற்காகவும், கடுமையான பாதுகாப்பிற்காகவும் அறியப்பட்டனர். அவர்களின் இருப்பு அவரது அதிகாரத்தையும் இயலாமையையும் அதிகரிக்க உதவியது. இடி அமின் தனது உடல் வலிமையை வெளிப்படுத்தும் நிகழ்ச்சிகளில் அடிக்கடி ஈடுபட்டார். அவர் குத்துச்சண்டை கண்காட்சிகள், கேலிச் சண்டைகள் போன்ற நடவடிக்கைகளில் ஈடுபடுவார். இது ஒரு சக்திவாய்ந்த, அச்சமற்ற தலைவர் என்ற அவரது பிம்பத்தை வலுப்படுத்தும் நோக்கம் கொண்டது.

இடி அமின், இருண்ட, கொடூரமான நகைச்சுவை உணர்வுக்குப் பெயர் பெற்றவர். இதனை அவர் விமர்சனங்களைத் திசை திருப்புவதற்கும், கருத்தைக் கையாளுவதற்கும், தனது ஆட்சியின் மீது கட்டுப்பாட்டைச் செலுத்துவதற்கும் ஒரு கருவியாகப் பயன்படுத்தினார். அவரது நகைச்சுவை பெரும்பாலும் கொடுமை மற்றும் வன்முறையுடன் கலந்திருந்தாலும், அது அவரது தலைமைத்துவப் பாணியின் ஒருங்கிணைந்த பகுதியாக இருந்தது. அரசியல் எதிரிகள், இனச் சிறுபான்மையினர், வெளிநாட்டுத் தலைவர்கள் உள்ளிட்ட பல்வேறு குழுக்களைக் குறிவைத்த அவரது நகைச்சுவைகள் மிகவும் புண்படுத்தக்கூடியவை. மற்றவர்களைச் சிறுமைப்படுத்த நகைச்சுவையைப் பயன்படுத்துவதன் மூலம், இடி அமின் தனது ஆதிக்கத்தை உறுதிப்படுத்துவதையும் அச்சத்தை வளர்ப்பதையும் நோக்கமாகக் கொண்டார்.

இடி அமினின் விமர்சனச் சிந்தனைத் திறன்கள் பெரும்பாலும் பயத்தையும் விசுவாசத்தையும் சுரண்டுவதைச் சுற்றியே இருந்தது. அச்சமான சூழலைப் பேணுவது மாற்றுக் கருத்தை ஊக்குவிப்பதோடு, தன்னை எதிர்ப்பதால் ஏற்படும் விளைவுகளுக்கு அஞ்சியவர்களிடமிருந்து விசுவாசத்தை ஊக்குவிக்கும் என்பதை அவர் உணர்ந்தார். அவர் ஊடகங்களைத் தணிக்கை செய்தார். தன்னைப் பற்றிய உண்மைத் தகவல்கள் பரவுவதைக் கட்டுப்படுத்தினார். மக்கள் கருத்தைத் தனக்குச் சாதகமாக வடிவமைக்கப் பிரசாரத்தைப் பரப்பினார். இந்தச் சூழ்ச்சி அவரது ஆட்சியைச் சுற்றியுள்ள கதையாடல்களைக் கட்டுப்படுத்தவும், எதிர்ப்பை அடக்கவும் அவரை அனுமதித்தது. அரசியல் போட்டியாளர்கள், சாத்தியமான அச்சுறுத்தல்களை அகற்றுவதில் இடி அமினின் விமர்சனச் சிந்தனை தெளிவாகத் தெரிந்தது.

தனது சொந்த அதிகாரத்தைப் பாதுகாக்கப் போட்டியாளர்களை ஒழிப்பது அவசியம் என்பதை அவர் உணர்ந்தார். ராணுவம் மற்றும் அரசியல் எதிர்ப்பை அவர் துடைத்தெறிந்தது அவரது ஆட்சிக்கு எதிரான சவால்களை அடையாளம் கண்டு நடுநிலையாக்கும் அவரது திறனை வெளிப்படுத்தியது. தனது அடையாளத்தை உயர்த்திக்கொள்ளவும், தன்னை ஒரு பெரும் தலைவராகக் காட்டவும் பிரம்மாண்டமான சொல்லாட்சியைப் பயன்படுத்தினார். அவர் சுயமாக வழங்கிய ஆடம்பரமான பட்டங்கள் மற்றும் வெல்லமுடியாத கூற்றுக்கள் அதிகாரத்தின் பிரகாசத்தை முன்னிறுத்துவதற்கும் எதிர்ப்பை ஊக்கப்படுத்துவதற்கும் வடிவமைக்கப்பட்டன.

இடி அமினின் விமர்சனச் சிந்தனை அவரது ராஜதந்திர உத்திகள் வரை நீட்டிக்கப்பட்டது. அவர் தனது கூட்டணிகள் மற்றும் உறவுகளைத் தனது சொந்த நலன்களுக்குச் சேவை செய்யப் பயன்படுத்திக் கொண்டார். சர்வதேச விதிமுறைகள் மற்றும் நெறிமுறை பரிசீலனைகளைப் புறக்கணித்தார். பயங்கரவாதக் குழுக்கள், முரட்டு ஆட்சிகளுடனான அவரது கூட்டணிகள் அவரது நோக்கங்களை முன்னெடுத்துச் செல்லக்கூடிய எந்தவொரு குழுவுடனும் அணிசேருவதற்கான அவரது விருப்பத்தை வெளிப்படுத்தின.

# 6. பயங்கரவாத ஆட்சி

இடி அமின், தனது பொதுப் பிம்பத்தை வடிவமைக்கவும் அதிகாரத்தை உறுதிப்படுத்தவும் பிரசாரம், காட்சிப் படங்கள் ஆகியவற்றின் மூலம் முதன்மையாக வெளிப்படுத்தப்பட்ட ஒரு கலை உணர்வை வெளிப்படுத்தினார். அவர் ஒரு படைப்பாற்றல் அர்த்தத்தில் பாரம்பரியமாகக் கலை நயமிக்கவராக இல்லாவிட்டாலும், தனது அரசியல் நலன்களுக்குச் சேவை செய்யும் கவனமாகத் தொகுக்கப்பட்ட ஆளுமையை உருவாக்கக் காட்சிக் கூறுகளைப் பயன்படுத்தினார். இடி அமினின் கலை உணர்வைப் பற்றி நாம் சிந்தித்தால், அவர் காட்சிகளைக் கையாளுதல் மற்றும் பிரசாரங்களில் அவரது தேர்ச்சி பற்றிய பல தகவல்கள் நமக்குக் கிடைக்கும்.

இடி அமின் தன்னை ஒரு வலுவான, வசீகரமான, அதிகாரபூர்வத் தலைவராக பொதுமக்களிடம் முன்னிருத்த உருவப்படங்கள், சுவரொட்டிகள் மற்றும் பிற காட்சிப் பொருட்களை பயன்படுத்தினார். இந்தப் பிரசாரப் பொருட்கள் நாடு முழுவதும் பரப்பப்பட்டன. மேலும், தனது பிம்பத்தை வடிவமைப்பதில் புகைப்படக்கலையின் சக்தியைப் புரிந்துகொண்டார். தனது ராணுவ வலிமையையும், தலைமையையும் பறைசாற்றும் புகைப்படங்கள் அவரது அதிகாரத்தின் காட்சிச் சின்னங்களாகச் செயல்பட்டது. இடி அமின் தனது ஆளுமையை மேம்படுத்த ஊடகங்களில் காட்சிகளைக் கையாண்டார். தனது ஆட்சியை குறித்த நேர்மறையான சித்தரிப்புகள் மட்டுமே வெளியிடப்படுவதை உறுதி செய்வதற்காகச் செய்தித்தாள்கள், சஞ்சிகைகள் மற்றும் பிற ஊடக வடிவங்களின் உள்ளடக்கத்தைத் தணிக்கை செய்து கட்டுப்படுத்தினார்.

பதக்கங்கள் மற்றும் அலங்காரங்களால் அலங்கரிக்கப்பட்ட ராணுவச் சீருடைகளில் அவர் அவ்வப்போது தோன்றினார். தன்னை ஒரு போர்வீரராகவும், தலைவராகவும் முன்னிருத்தினார். இந்த ஆடைத் தேர்வு ஒரு சக்தி வாய்ந்த, அதிகாரப்பூர்வ நபராக அவரது பிம்பத்தை வலுப்படுத்தியது. தனது பிம்பத்தை மேம்படுத்தவும், பொதுமக்களின் உணர்வைக் கையாளவும் பண்பாட்டுச் சின்னங்களைப் பயன்படுத்தினார். மக்களுடன் ஒரு தொடர்பை வளர்ப்பதற்கும், தேசிய அடையாளத்தின் பாதுகாவலராகத் தன்னைக் காண்பிப்பதற்கும் பொது நிகழ்வுகளின்போது அவர் பாரம்பரிய உகாண்டா உடைகள் மற்றும் கலாசாரச் சின்னங்களைப் பயன்படுத்தினார்.

ராணுவச் சீருடை அணிந்த, பெரும்பாலும் தொப்பி மற்றும் பதக்கங்களுடன் இடி அமினின் படம் அவரது தலைமையின் அடையாளமாக மாறியது. இந்தக் காட்சி அதிகாரத்தையும் வலிமையையும் வெளிப்படுத்தியது. ஒரு கடினமான மற்றும் தீர்க்கமான தலைவராக அவரது சுயமாக வடிவமைக்கப்பட்ட ஆளுமையை வலுப்படுத்தியது. பொதுமக்களின் பார்வையைக் கட்டுப்படுத்தவும், அதிகாரத்தைத் தக்க வைத்துக்கொள்ளவும், தன்னை ஒரு வசீகரமான, சக்தி வாய்ந்த தலைவராகக் காட்டவும் அவர் இந்தத் தந்திரங்களைப் பயன்படுத்தினார்.

இடி அமின், தேசபக்தியின் மேலோட்டமான மற்றும் சந்தர்ப்பவாத வடிவத்தை வெளிப்படுத்தினார். இது பெரும்பாலும் சுய விளம்பரம், கையாளுதல், அதிகாரத்தை ஒருங்கிணைப்பதற்கான கருவியாக அவருக்குப் பயன்படுத்தப்பட்டது. அவர் எப்போதாவது தேசியவாத சொல்லாட்சியைப் பயன்படுத்தினாலும், அவரது நடவடிக்கைகள் தனது நாட்டின் மீதான உண்மையான அன்பைவிடச் சுயநலத்தால் உந்தப்பட்டன. அவர் தனது சொந்த நிகழ்ச்சி நிரலை முன்னெடுப்பதற்காக தேசபக்தி உணர்வுகளைப் பயன்படுத்திய மற்றும் கையாண்ட வழிகளைப் பற்றிப் புரிந்துகொள்ள முடியும்.

இடி அமின் தன்னை உகாண்டாவின் இறையாண்மை மற்றும் அடையாளத்தின் பாதுகாவலராக நிலைநிறுத்திக்கொள்ள அவ்வப்போது தேசியவாத சொல்லாட்சியைப் பயன்படுத்தினார். ஆப்பிரிக்க நலன்களின் பாதுகாவலராகவும், மேற்கத்திய ஏகாதிபத்தியத்திற்கு எதிரான குரலாகவும் அவர் தன்னைச் சித்தரித்துக் கொண்டார். இருப்பினும், இந்தப் பிரகடனங்கள் பெரும்பாலும் தேசத்திற்கு நன்மை

செய்வதைவிடத் தனது சொந்த ஆளுமையை மேம்படுத்துவதை நோக்கமாகக் கொண்ட சுய சேவையாக இருந்தன. மக்களிடையே தேசபக்தி உணர்வை வளர்ப்பதற்காக அமின் அடிக்கடி பண்பாட்டுச் சின்னங்களையும் மரபுகளையும் பயன்படுத்தினார்.

தேசிய விடுமுறை நாட்களையும், நிகழ்வுகளையும் ஆடம்பரமாகக் கொண்டாடிய இடி அமின், இந்தச் சந்தர்ப்பங்களைப் பயன்படுத்தி தன்னைத் தன் நாட்டின் மீது பக்தி கொண்டவர்' என்ற பிம்பத்தால் முன்னிறுத்திக்கொண்டார். இது அவரது சொந்த ஆட்சியை வலுப்படுத்துவதை நோக்கமாகக் கொண்டது. வரலாறு மற்றும் அடையாளத்தை இடி அமின் கையாண்ட விதம் தேசபக்தி குறித்த அவரது சந்தர்ப்பவாத அணுகுமுறையை வெளிப்படுத்தியது.

உகாண்டாவின் விடுதலையில் தனது பங்கை வலியுறுத்தும் அதே வேளையில், மற்றவர்களின் பங்களிப்புகளைக் குறைத்து மதிப்பிட்டு, தனக்குச் சாதகமாக வரலாற்றுக் கதைகளை அவர் சிதைத்தார். இடி அமினின் தேசபக்தி என்று கூறப்படுவது பெரும்பாலும் மாற்றுக்கருத்து மற்றும் எதிர்ப்பை நசுக்க ஒரு சாக்குப் போக்காகப் பயன்படுத்தப்பட்டது. அவர் விமர்சகர்களை அரசின் எதிரிகள் என்று முத்திரை குத்தினார். உகாண்டாவின் நலன்களின் ஒரே பாதுகாவலராகத் தன்னை சித்தரித்தார். இந்தச் சூழ்ச்சி அதிகாரத்தை ஒருங்கிணைக்கவும், தனது அதிகாரத்தைக் கேள்விக்குள்ளாக்கியவர்களை அமைதிப்படுத்தவும் அவருக்கு உதவியது.

இடி அமினின் தேசபக்தி என்று கூறப்படுவது பெரும்பாலும் அவரது உண்மையான உந்துதல்களை மறைத்து அவரது ஆட்சியின்கீழ் உகாண்டா மக்களின் துன்பத்திற்கு மேலும் பங்களித்தது. அதிகாரத்தின் மீதான தனது பிடியைத் தக்க வைத்துக்கொள்ள அச்சம், கையாளுதல் மற்றும் சர்வாதிகாரக் கட்டுப்பாடு ஆகியவற்றால் வகைப்படுத்தப்பட்ட உளவியல் அணுகுமுறையைப் பயன்படுத்தினார். இடி அமினின் முதன்மையான உளவியல் கருவி அச்சம். தன்னிச்சையான கைதுகள், சட்டத்திற்குப் புறம்பான கொலைகள் மற்றும் பகிரங்கமாக வன்முறையைக் காட்டுவதன் மூலம் அவர் ஒரு பயங்கரவாத சூழலை உருவாக்கினார். பின்விளைவுகள் குறித்த அச்சம் கருத்து வேறுபாடுகளை ஊக்கப்படுத்தியது, மக்களிடையே உதவியற்ற உணர்வை உருவாக்கியது.

இது குறிப்பிடத்தக்க எதிர்ப்பை எதிர்கொள்ளாமல் கட்டுப்பாட்டைச் செலுத்த அனுமதித்தது.

இடி அமினின் ஆட்சி பகிரங்கமாக மரணதண்டனைகள் மற்றும் கொடூரமான வன்முறைகளுக்கு இழிபுகழ் பெற்றது. இந்தச் செயல்கள் எதிரிகளை அழிப்பதற்காக மட்டுமல்ல, அவரது ஆட்சியை எதிர்க்கத் துணிந்தவர்களுக்கு எச்சரிக்கையாகவும் செயல்பட்டது. எவருக்கும் ஓர் அதிர்ச்சியூட்டும் செய்தியை அனுப்புவதற்காகவும் இருந்தன. அவருக்கு விசுவாசம் காட்டியவர்களுக்கு அதிகாரப் பதவிகள், பொருளாதாரச் சலுகைகள், பாதுகாப்பு ஆகியவை பரிசாக வழங்கப்பட்டன. இந்த நடவடிக்கை அவரது உள் வட்டத்திற்குள் இருந்த தனிநபர்கள் அவரது ஆட்சிக்கு அர்ப்பணிப்புடன் இருப்பதை உறுதி செய்தது. மேலும் இடி அமின் தனக்குக்கீழ்ப் பணிபுரிபவர்களிடையே போட்டிகளை வளர்ப்பதன் மூலம் பிரித்தாளும் உத்தியைக் கையாண்டார். அவர் தனது நிர்வாகத்திற்குள் போட்டியை ஊக்குவித்தார். எந்தவொரு ஒருங்கிணைந்த எதிர்ப்பும் உருவாகாமல் தடுத்தார்.

ராணுவம் மற்றும் அரசியல் உயரடுக்கை அகற்றுவதன் மூலம் சாத்தியமான அச்சுறுத்தல்களை இடி அமின் தவிர்த்தார். இந்தத் தனிமைப்படுத்தல் எந்தவொரு ஒழுங்கமைக்கப்பட்ட எதிர்ப்பையும் உருவாக்குவதைத் தடுத்து தேசத்தின் மீதான அவரது உளவியல் பிடிப்புக்கு மேலும் பங்களித்தது. அரசு வளங்கள் மீதான அவரது கட்டுப்பாடு முதல் தனது சொந்த நலனுக்காகத் தனிநபர்களைக் கையாள்வது வரை அவரது ஆட்சியின் பல்வேறு அம்சங்களுக்கும் அவரது மனப் போக்குகள் விரிவடைந்தன. இடி அமினின் மனநிலையைப் பற்றி விரிவாகச் சிந்தித்தால் அவர் தனது சொந்த ஆசைகளை நிறைவேற்ற அதிகாரத்தையும் வளங்களையும் பயன்படுத்திய வழிகளைப் பற்றிய அறியமுடியும். இடி அமினின் உடைமைத்தன்மை அரசு வளங்களைக் கட்டுப்படுத்துவதில் மிகவும் தெளிவாகத் தெரிந்தது. அவர் உகாண்டாவின் பொருளாதாரத்தைக் கையாண்டார், வணிகங்கள், நிலம் மற்றும் சொத்துகளைக் கைப்பற்றித் தனிப்பட்ட சொத்துகளைக் குவித்தார். அவரது ஆட்சி விவசாயம், வர்த்தகம் மற்றும் தொழில் போன்ற முக்கியத் துறைகளைக் கட்டுப்படுத்தியது, இந்த வளங்களைத் தனது சொந்த லாபத்திற்காகப் பயன்படுத்த அவருக்கு உதவியது.

இடி அமினின் உடைமைத்தன்மை தனிப்பட்ட செல்வச் செழிப்புக்கான அவரது விருப்பத்தால் உந்தப்பட்டது. அவர் தனது பதவியைப் பயன்படுத்திப் பரந்த செல்வத்தைப் பெற்றார். ஆனால், பெரும்பாலும் மக்களின் இழப்பில்தான் அவர் அவற்றை அடைந்தார் என்பதுதான் வேதனைக்குரியது. இடி அமினின் உடைமைத்தன்மை தனது சுயலாபத்திற்காகத் தனிநபர்களைச் சூழ்ச்சி செய்வது மற்றும் சுரண்டுவது வரை விரிவடைந்தது. விசுவாசமான ஆதரவாளர்களுடன் தன்னைச் சூழ்ந்துகொண்டு, தனது நலன்களுக்குச் சேவை செய்வதற்காக அவர்களின் விசுவாசத்தைக் கையாண்டார். அச்சுறுத்தல் விடுத்தவர்கள் தந்திரங்கள் மூலம் அழிக்கப்பட்டனர். அல்லது நடுநிலையாக்கப்பட்டனர்.

இடி அமின் ராணுவம், ஊடகம் மற்றும் நீதித்துறை போன்ற அமைப்புகளின் மீது கட்டுப்பாட்டைச் செலுத்தினார். அவர் சாத்தியமான போட்டியாளர்களை அகற்றினார். பொதுமக்களின் கண்ணோட்டத்தை வடிவமைக்க ஊடகங்களைக் கையாண்டார். மாற்றுக் கருத்துடையவர்களை அகற்ற நீதித்துறையைப் பயன்படுத்தினார். இடி அமினின் உடைமைத்தன்மைக்கு ஒரு தெளிவான எடுத்துக்காட்டு உகாண்டாவின் செல்வத்தை உருவாக்கும் துறைகள் மீதான அவரது கட்டுப்பாடு ஆகும். தனக்கும் தனது ஆதரவாளர்களுக்கும் பயனளிக்கும் வகையில் ஒரு காலத்தில் முக்கிய ஏற்றுமதியாக இருந்த காபி மற்றும் பருத்தி உற்பத்தியை அவர் எடுத்துக் கொண்டார். அவர் இவ்வாறு சொந்த ஆதாயத்திற்காக வளங்களைச் சுரண்டுவது உகாண்டா மக்களைப் பொருளாதார நெருக்கடியில் ஆழ்த்தியது.

இடி அமினின் மனநிலை அவரைத் தனது தனிப்பட்ட செழுமைக்காக வளங்களையும் தனிநபர்களையும் கட்டுப்படுத்தவும், சுரண்டவும் உட்படுத்தியது. அவரது நடவடிக்கைகளும் முடிவுகளும் உகாண்டா மக்களின் இழப்பில் தனது விருப்பங்களை நிறைவேற்றுவதற்கான ஆழமான தேவையால் உந்தப்பட்டன. இடி அமினின் உடைமைத்தன்மை நாட்டின் பொருளாதாரம், சமூகக் கட்டமைப்பு மற்றும் நல்வாழ்வில் தீங்கு விளைவிக்கும் தாக்கத்தை ஏற்படுத்தியது. இது அவரது சொந்த நலன்களுக்கு ஆதரவாகப் பொது நன்மையை அவர் புறக்கணித்ததை எடுத்துக்காட்டியது.

இடி அமினின் ஆட்சியில் கருணைச் செயல்கள் என்று பொருள் கொள்ளக்கூடிய நிகழ்வுகள் ஆங்காங்கே இருந்தாலும்,

அவை அவரது ஆட்சியின் பெருமளவிலான எதிர்மறையான அம்சங்களால் மறைக்கப்படுகின்றன. இடி அமினின் ஆட்சி அவரது உண்மையான இயல்பையும் அவரது தலைமையின்கீழ் நடந்த அட்டூழியங்களையும் மறைக்கும் கருணையின் முகமூடியாக எப்போதாவது தொண்டு நடவடிக்கைகளில் ஈடுபட்டார். அவை பெரும்பாலும் இரக்கத்தின் பிம்பத்தை முன்னிறுத்துவதற்காக விளம்பரப்படுத்தப்பட்டன.

இதில் கல்வி அல்லது சுகாதாரம் போன்ற காரணங்களுக்காக நன்கொடைகள் அடங்கும். இருப்பினும், இந்தச் செய்கைகள் பொதுவாக மேலோட்டமானவை, மக்களுக்கு உண்மையிலேயே பயனளிப்பதை விடப் பொதுமக்களின் கருத்தைக் கையாளுவதை நோக்கமாகக் கொண்டிருந்தன. இடி அமினின் செயல்கள் அவரது கொடூரமான நற்பெயருக்கு முரணாகத் தோன்றிய நிகழ்வுகள் உள்ளன. எடுத்துக்காட்டாக, சிறையில் அடைக்கப்பட்ட அல்லது மரணதண்டனையை எதிர்நோக்கிய நபர்களை அவர் எப்போதாவது மன்னித்தார். எவ்வாறெனினும், இந்த நடவடிக்கைகள் பெரும்பாலும் அரசியல் நோக்கங்களுடன் மறைக்கப்பட்டன. அவை ஆதரவைப் பெறுவதை அல்லது சர்வதேச அழுத்தத்தைத் தணிப்பதை நோக்கமாகக் கொண்டிருந்தன. அதுதான் உண்மையே தவிர அவரிடம் உண்மையான கருணை என்பது இல்லவே இல்லை. இடி அமினின் கருணை மனப்பான்மை உணர்வைக் கையாளுவதற்கான ஒரு கருவியாகப் பயன்படுத்தப்பட்டது என்ற நோக்கில்தான் பார்க்கவேண்டும்.

தனது ஆட்சியிநடந்த எண்ணற்ற மனித உரிமை மீறல்களிலிருந்து கவனத்தைத் திசைதிருப்பி, தன்னை ஓர் இரக்கமுள்ள தலைவராகச் சித்தரிக்க அவர் இந்த நிகழ்வுகளை முன்னிலைப்படுத்தினார். இரக்கச் செயல்கள் என்று விளக்கப்படக்கூடிய தனிமைப்படுத்தப்பட்ட நிகழ்வுகள் இருக்கலாம் என்றாலும், இடி அமினின் ஆட்சியை மிருகத்தனம், கையாளுதல் மற்றும் மனித உரிமை மீறல்களின் பரந்த சூழலில் பார்ப்பது முக்கியம். இடி அமினின் இரக்கம் பெரும்பாலும் உகாண்டா மக்களுக்கு அவர் இழைத்த துன்பத்திலிருந்து திசை திருப்பவும், உணர்வைக் கையாளவும் பயன்படுத்தப்பட்ட ஒரு முகமூடியாக இருந்தது. அவரது ஆட்சி அதன் கொடுமை மற்றும் மக்களின் நல்வாழ்வைப் புறக்கணிப்பதில் இழிபுகழ் பெற்றது. இது உண்மையான கருணை பற்றிய எந்தவொரு கருத்தையும் மிகவும் கேள்விக்குறியாக்குகிறது.

இடி அமின் பெரிய மிருகத்தனமான ராணுவத்தைப் பராமரித்து வந்தார். இது அவரது ஆட்சியின் அதிகாரத்தின் பிடி, எதிர்ப்பை ஒடுக்குதல் மற்றும் அவரது ஆட்சியை அமல்படுத்துவதில் குறிப்பிடத்தக்கப் பங்கைக் கொண்டிருந்தது. இடி அமினின் ராணுவம், கணிசமான அளவில் இருந்தபோதிலும், தொழில்முறையின்மை மற்றும் பரவலான மனித உரிமை மீறல்களால் குறிக்கப்பட்டது. உகாண்டாவின் ராணுவத் தளவாடங்கள் முதன்மையாகச் சிறிய ஆயுதங்கள் மற்றும் காலாட்படை ஆயுதங்களைக் கொண்டிருந்தன. இவற்றில் துப்பாக்கிகள், துணை இயந்திரத் துப்பாக்கிகள், இலகு இயந்திரத் துப்பாக்கிகள் ஆகியவை அடங்கும். அவை பெரும்பாலும் பிரிட்டிஷ் மற்றும் மேற்கத்திய வம்சாவளியைச் சேர்ந்தவை. அந்த நேரத்தில் அந்நாட்டின் ராணுவத்தில் தரமான காலாட்படை ஆயுதங்கள் இருந்தன. உகாண்டாவின் ராணுவம் டிரக்குகள், ஜீப்கள் மற்றும் பிற வாகனங்கள் உள்ளிட்ட அடிப்படைப் போக்குவரத்து மற்றும் தளவாட உபகரணங்களை அணுகியது. இவை துருப்பு இயக்கம் மற்றும் விநியோகப் பாதைகளுக்கு இன்றியமையாதவை ஆகும்.

இடி அமினின் ஆட்சிக்கு முன்பு, உகாண்டாவில் பீரங்கிக் குண்டுகள் மற்றும் கவச வாகனங்கள் போன்ற குறைந்த எண்ணிக்கையிலான கனரக ஆயுதங்கள் இருந்தன. மிகவும் நிறுவப்பட்ட ராணுவச் சக்திகளுடன் ஒப்பிடும்போது இவை பொதுவாக அளவிலும் திறனிலும் மிதமானவைதான். உகாண்டா ராணுவத் தளவாடங்கள் மற்றும் பயிற்சி அடிப்படையில் சில வெளிநாட்டு உதவிகளைப் பெற்றது. இடி அமினின் ஆட்சிக்கு முன்னர் உகாண்டாவின் புவிசார் அரசியல் சூழலும் அதன் ராணுவ திறன்களை வடிவமைப்பதில் பெரும் பங்கைக் கொண்டிருந்தது.

பிரிட்டன் மற்றும் அமெரிக்கா போன்ற மேற்கத்திய சக்திகளுடன் ஒப்பீட்டளவில் நிலையான உறவை நாடு பேணி வந்தது. இந்த உறவு உகாண்டா பெற்ற ஆயுதங்கள் மற்றும் ராணுவ உதவிகளின் வகைகளில் தாக்கத்தை ஏற்படுத்தியது. பொருளாதார வரம்புகள் உகாண்டாவின் ராணுவத் தளவாடங்களின் விரிவாக்கம் மற்றும் நவீனமயமாக்கலையும் பாதித்தன. புதிதாகச் சுதந்திரம் பெற்ற நாடாக, உகாண்டா பொருளாதாரச் சவால்களை எதிர்கொண்டது. இது ஓர் அதிநவீன ராணுவ இருப்பைப் பெறுவதற்கும் பராமரிப்பதற்கும் அதன் திறனைக் கட்டுப்படுத்தியது. வரவுசெலவுத் திட்டக் கட்டுப்பாடுகள் நாட்டின் ராணுவ அபிவிருத்தி முயற்சிகளை மட்டுப்படுத்தின.

இடி அமினின் ஆட்சிக்கு முன்னர் உகாண்டாவின் ராணுவத் தளவாடங்கள் சிறிய ஆயுதங்கள், காலாட்படை ஆயுதங்கள் மற்றும் வரையறுக்கப்பட்ட கனரக ஆயுதங்களின் மிதமான சேகரிப்புகளால் மட்டுப்படுத்தப்பட்டன. உகாண்டா நாடு பொருளாதாரத் தடைகளை எதிர்கொண்டது. ராணுவ ஆதரவுக்காக மேற்கத்திய சக்திகளுடனான வரலாற்று உறவுகளை நம்பியிருந்தது. 1971 முதல் 1979 வரை உகாண்டாவில் இடி அமினின் ஆட்சி, நாட்டின் ராணுவத் தளவாடங்களின் குறிப்பிடத்தக்க விரிவாக்கம் மற்றும் மாற்றத்தால் குறிக்கப்பட்டது. இவரது தலைமையின்கீழ், உகாண்டா பரந்த அளவிலான ஆயுதங்கள் மற்றும் ராணுவ உபகரணங்களை வாங்கியது.

இடி அமினின் ஆட்சி உகாண்டாவின் ராணுவத் திறன்களில் கணிசமான விரிவாக்கத்தைக் கண்டது. ராணுவப் பின்னணி கொண்டவரும், கிங்ஸ் ஆப்பிரிக்கன் ரைபிள்ஸ் (கே.ஏ.ஆர்) படையில் பணியாற்றியவருமான இடி அமின், தனது அதிகாரத்தை வலுப்படுத்தும் வழிமுறையாக ராணுவத்தை வலுப்படுத்துவதில் ஆர்வமாக இருந்தார். அவரது ஆட்சி நவீன ஆயுதங்கள் மற்றும் ராணுவ உபகரணங்களைப் பெறுவதற்கான கொள்கையைப் பின்பற்றியது. மேற்கத்திய நாடுகள், சோவியத் ஒன்றியம், சீனா உள்ளிட்ட பல்வேறு நாடுகளிலிருந்து துப்பாக்கிகள், பீரங்கிகள், டாங்கிகள், கவச வாகனங்கள் மற்றும் விமானங்களை உகாண்டா வாங்கியது.

இடி அமினின் ஆட்சியின்போது உகாண்டா ராணுவம் தனது படை பலத்தை விரிவுபடுத்தியது. இந்த விரிவாக்கத்தில் வழக்கமான ராணுவப் பிரிவுகள் மட்டுமல்லாமல், அமினுக்கு விசுவாசமான துணை ராணுவமும், ஒழுங்கற்ற படைகளும் அடங்கும். உகாண்டா பல்வேறு நாட்டு ராணுவப் பொருட்கள் வழங்குநர்களுடன் உறவுகளை நிறுவிக்கொண்டது. அதன் ராணுவ ஆயுதங்களின் பன்முகத்தன்மைக்குப் பங்களித்தது. ஆரம்பத்தில், பிரிட்டன் மற்றும் இஸ்ரேல் உள்ளிட்ட மேற்கத்திய நாடுகளிடமிருந்து உகாண்டா ராணுவ ஆதரவைப் பெற்றது. மேற்கத்திய நாடுகள் இடி அமினின் அரசாங்கத்திற்கு ஆயுதங்களையும் பயிற்சிகளையும் வழங்க ஆயத்தமாக இருந்தன. பெரும்பாலும் பிராந்தியத்தில் அவற்றின் பனிப்போர் நலன்கள் காரணமாகத்தான் அவை இதற்கு ஆயத்தமாக இருந்தன.

மேற்கத்திய நாடுகளுடனான உறவுகள் மோசமடைந்ததால், இடி அமின் ராணுவ ஆதரவுக்காகச் சோவியத்

ஒன்றியத்தையும் சீனாவையும் நாடினார். இந்த நாடுகள் டாங்கிகள், பீரங்கிகள், சிறிய ஆயுதங்கள் உட்படப் பரந்த அளவிலான ஆயுதங்களை உகாண்டாவுக்கு வழங்கின. அமினின் ஆட்சியின்கீழ், உகாண்டாவின் ராணுவம் அதன் உபகரணங்கள், அமைப்பு மற்றும் கட்டமைப்பின் அடிப்படையில் மாற்றத்திற்கு உட்பட்டது. சோவியத் தயாரிப்பான டி54 மற்றும் டி55 டாங்கிகள், விமான எதிர்ப்பு அமைப்புகள் மற்றும் போக்குவரத்து விமானங்கள் உள்ளிட்ட அதிநவீன ஆயுதங்களை வாங்கியதன் மூலம் உகாண்டாவின் ராணுவம் நவீனமயமாக்கப்பட்டது. இடி அமின் மாநில ஆராய்ச்சிப் பணியகம் (எஸ்.ஆர்.பி) மற்றும் பொதுப் பாதுகாப்புப் பிரிவு (பி.எஸ்.யூ) போன்ற துணை ராணுவப் பிரிவுகளை உருவாக்கினார். அவை படை மற்றும் அச்சுறுத்தல் மூலம் தனது ஆட்சியின் கட்டுப்பாட்டைப் பராமரிப்பதில் முக்கியப் பங்கு வகித்தன.

உகாண்டாவின் ராணுவத் தளவாடங்கள் விரிவடைந்த போதிலும், ஆட்சியின் அடக்குமுறை தந்திரங்கள், மனித உரிமை மீறல்கள், சர்வதேச தனிமைப்படுத்தல் ஆகியவை அதன் ராணுவச் சக்தியின் செயல்திறனைக் குறைமதிப்பிற்கு உட்படுத்தின. இடி அமினின் ஆட்சியின்போது, உகாண்டா அதன் ராணுவத் தளவாடங்களின் குறிப்பிடத்தக்க விரிவாக்கம் மற்றும் மாற்றத்தை அனுபவித்தது. இதில் பல்வேறு சர்வதேச மூலங்களிலிருந்து நவீன ஆயுதங்களைப் பெறுவதும் அடங்கும். எவ்வாறெனினும், இந்த ராணுவ ஆயுதங்களின் சக்தி ஆட்சியின் மிருகத்தனமான ஒடுக்குமுறை, மனித உரிமை மீறல்கள் மற்றும் சர்வதேச தனிமைப்படுத்தல் ஆகியவற்றால் மறைக்கப்பட்டது.

இடி அமினின்கீழ் ராணுவத்தின் முதன்மையான பாத்திரம் தேசியப் பாதுகாப்பு அல்லது வளர்ச்சிக்கான ஒரு கருவியாகச் செயல்படுவதைவிட, பலத்தின் மூலம் அதிகாரத்தின் மீதான தனது பிடியைத் தக்கவைப்பதாகும். உகாண்டாவின் ராணுவத் திறன்களைப் புரிந்துகொள்வது உகாண்டாவின் வரலாற்றின் சிக்கலான மற்றும் கொந்தளிப்பான காலத்தைப் பற்றிய தகவலை நமக்கு வழங்கும். இடி அமினின் ராணுவத்தில் 20,000 முதல் 35,000 வீரர்கள் வரை இருந்ததாக மதிப்பிடப்பட்டுள்ளது. இந்த அமைப்பு பெரும்பாலும் தொழில்முறை தகுதிகளை விட விசுவாச அடிப்படையிலான நியமனங்கள் மற்றும் அரசியல் தொடர்புகளின் கலவையால் நிறைந்திருந்தது.

இடி அமினின் ராணுவம் ஒரு முக்கியக் கட்டுப்பாட்டுக் கருவியாகச் செயல்பட்டது. இது அதிருப்தியை அடக்குவதற்கும், போட்டியாளர்களை அகற்றுவதற்கும், அச்சமான சூழலைப் பராமரிக்கவும் அவருக்கு உதவியது. அவர் தனது ஆட்சியின் அதிகாரத்தை உறுதி செய்வதற்காக அதிகாரத்தின் முக்கியப் பதவிகளில் விசுவாசமான ராணுவ அதிகாரிகளை நியமித்தார். இடி அமினின் ராணுவத்தில் சித்திரவதைகள், சட்டத்திற்குப் புறம்பான கொலைகள் மற்றும் தன்னிச்சையான கைதுகள் ஆகியவை பொதுவான நடைமுறைகளாக இருந்தன. இது பயங்கரவாத சூழலை நிலைநிறுத்தியது. சட்டம் அல்லது தார்மீகப் பரிசீலனைகளைப் பொருட்படுத்தாமல் இடி அமினின் மிருகத்தனமான உத்தரவுகளைச் செயல்படுத்த ராணுவம் பெரும்பாலும் பயன்படுத்தப்பட்டது.

இடி அமின் ராணுவத்தின் மீதான கட்டுப்பாட்டை மையப்படுத்தினார், அதிகாரத்தைத் தனது சொந்த கைகளில் குவித்தார். அவர் முக்கியத் தலைமைப் பதவிகளுக்கு விசுவாசமான ஆதரவாளர்களை நியமித்தார். ராணுவத்தின் நடவடிக்கைகளில் நேரடிக் கட்டுப்பாட்டைப் பயன்படுத்த அனுமதித்தார். திறமையை விட அவரது விசுவாசத்திற்கு முன்னுரிமை அளிப்பதை உறுதி செய்தார். இடி அமினின் ராணுவ பயிற்சி முறைகள் பெரும்பாலும் தொழில்முறையின்மை மற்றும் மிருகத்தனத்தில் கவனம் செலுத்துவதற்காக விமர்சிக்கப்பட்டன. ராணுவ நிபுணத்துவத்தை விட விசுவாசம் மற்றும் கீழ்ப்படிதலை மதிக்கும் சூழலை அவர் ஊக்குவித்தார். முறையான பயிற்சி இல்லாதது ஆயுதப்படைகளுக்குள் ஒழுக்கம் மற்றும் தொழில்முறையின்மைக்குப் பங்களித்தது.

இடி அமின் ராணுவத்திற்குள் விசுவாசத்தைப் பெறுவதற்கான ஒரு வழிமுறையாக அரசியல் போதனையைப் பயன்படுத்தினார். அவரது தலைமையின் மீது ஒரு வழிபாட்டுப் பக்தியை ஊக்குவித்தார். இடி அமினின் சித்தாந்தத்தை வலுப்படுத்தும் அரசியல் பேரணிகளில் வீரர்கள் கலந்துகொள்ள வேண்டியிருந்தது. இடி அமினின் படைக்குள் அச்சம் ஒரு முதன்மைத் தூண்டுதலாக இருந்தது. அதிகாரிகளை வெளியேற்றுவதன் மூலமும், மாற்றுக் கருத்துடையவர்களைத் தூக்கிலிடுவதன் மூலமும், காட்டுமிராண்டித்தனத்தைப் பகிரங்கமாக வெளிப்படுத்துவதன் மூலமும் அவர் ஓர் அச்சமான சூழலை

வளர்த்தார். இந்த அச்ச அடிப்படையிலான சூழல்தான் அவரது ஆட்சியை எதிர்க்க நினைத்த எந்த வீரரையும் அடக்கி வைத்தது.

இடி அமினின் ராணுவம், கணிசமாக இருந்தபோதிலும், தொழில்முறையைக் கொண்டிருக்கவில்லை. விசுவாச அடிப்படையிலான நியமனங்கள், அச்சம், பரவலான மனித உரிமை மீறல்களால் உருவாக்கப்பட்டிருந்தது. அடக்குமுறை மற்றும் பயங்கரவாதத்தின் மூலம் அவரது கொடூரமான ஆட்சியைத் தக்கவைப்பதற்கான ஒரு கருவியாக அது இருந்தது.

# 7. தான்சானியா போர்

1977ம் ஆண்டு ஜனவரியில் இடி அமின் உகாண்டாவின் துணைத் தலைவராக ஜெனரல் முஸ்தபா அத்ரிசியை (Mustafa Adrisi) நியமித்தார். அதே ஆண்டு உகாண்டா ராணுவத்தில் இடி அமினின் ஆதரவாளர்களுக்கும் அத்ரிசியின் விசுவாசிகளுக்கும் இடையே கருத்து வேற்றுமை ஏற்பட்டது. அத்ரிசியின் ஆதரவாளர்கள் உகாணடா ராணுவத்தில் இருந்த சூடான் நாட்டினரை அகற்ற விரும்பினர். 1978ம் ஆண்டு உகாண்டாவில் பொருளாதாரத்திலும் உள்கட்டமைப்பு நிர்வாகத்திலும் கடும் சரிவு ஏற்பட்டது. இதனால் இடி அமின் மக்களிடமிருந்து கடும் எதிர்ப்பை எதிர்கொண்டார். 1977ல் பிஷப் லுவும் (Bishop Luwum) மற்றும் அமைச்சர்கள் ஒரியேமா, ஒபோத் ஒபும்பி (Oryema and Oboth Ofumbi) ஆகியோரின் படுகொலைகளுக்குப் பிறகு, இடி அமினின் அமைச்சர்கள் பலர் அச்சமடைந்து நாட்டைவிட்டு வெளியேறினர் அல்லது சிலர் நாடு கடத்தப்பட்டனர்.

1978ம் ஆண்டு அத்ரிசி ஒரு கார் விபத்தில் பலத்த காயம் அடைந்தார். அவர் மேல் சிகிச்சைக்காக கெய்ரோவிற்கு சென்ற சமயம் இடி அமின் அத்ரிசியின் ஆதரவாளர்களான பாதுகாப்பு அமைச்சர் மற்றும் உள்துறை அமைச்சர் ஆகியோரைப் பதவியைவிட்டு நீக்கினார். மேலும் பல முக்கிய இலாகாக்களைத் தனது கட்டுப்பாட்டில் எடுத்துக் கொண்டார். இந்த நடவடிக்கை அத்ரிசியின் ஆதரவாளர்களைக் கோபப்படுத்தியது. கார் விபத்து அத்ரிசியை கொல்வதற்கான ஒரு முயற்சி என்று நம்பினர்.

ஆகவே அவரது ஆதரவாளர்கள் நாட்டின் பல பகுதிகளில் கிளர்ச்சி செய்தனர். கலகக்காரர்களை இடி அமின் படைகளை ராணுவத்தைக் கொண்டு

ஒடுக்க, அவர்களில் சிலர் தான்சானியாவிற்கு ஓடிவிட்டனர். இதனால் தான்சானியா எல்லையில் கடும் சண்டை மூண்டது. அக்டோபர் 1978 நவம்பரில் தான்சானியாவின் எல்லையில் உள்ள ககேரா எனும் பகுதி உகாண்டாவிற்குச் சொந்தமானது என்று ஒரு பிரச்சினையைக் கிளப்பி தான்சானியா எல்லையில் உகாண்டா தாக்குதல்களை தொடங்கியது.

தான்சானியா ஜனாதிபதியான ஜூலியஸ் நைரெரேவை (Julius Nyerere) இடி அமினின் அக்கிரமத்தை இனியும்

பொறுத்துக்கொண்டிருக்க முடியாது என்று கருதி எதிர்த்துப் போரிட முடிவு செய்தார். தான்சானியா படைகளுக்கு ஆதரவாக உகாண்டாவிலிருந்து வெளியேறி தான்சானியாவில் தஞ்சமடைந்த ராணுவ வீரர்கள் மற்றும் ஒபாடேவின் ஆதரவாளர்களும் இணைந்தனர். அச்சமயம் இடி அமினின் ராணுவம் சொல்லிக்கொள்ளும்படியான வலுவுடன் இல்லை. உகாண்டாவின் தற்போதைய ராணுவ நிலைமையைப் பற்றி அறிந்த ஒபாடே படைகளைத் தனித்தனிக் குழுவாகப் பிரித்து தாக்குவதென முடிவெடுத்து அதற்கேற்ப படைகளை எண்டெபே விமான நிலையம், ராணுவ தலைமையகம், தலைநகர் கம்பாலா என முக்கிய இடங்களுக்கு அனுப்பினார். இடி அமினுக்கு லிபிய ராணுவத்தைத் தவிர வேறு யாரும் உதவிக்கு வரவில்லை.

நைரெரே முதலில் போர் செய்வதற்கான முடிவில் இல்லை தான்சானியப் பகுதியான ககேராவைப் பாதுகாப்பதற்காக மட்டுமே இந்தத் தாக்குதலைத் தொடங்கினார். ஆனால் இடி அமினின் தொடர்ந்த அத்துமீறலைச் சகிக்கமுடியாமல் உகாண்டாவை ஆக்கிரமிக்கவேண்டும் என்று முடிவு செய்தார். மேலும் முதலில் முக்கிய நகரங்களைக் கைப்பற்றிவிட்டால்

பின்னர் ராணுவத்தின் மூலமும் மக்கள் எழுச்சி மூலமும் இடி அமினை ஆட்சியைவிட்டு நீக்கிவிட்டுத் தான் பதவிக்கு வந்துவிடலாம். அதன்பின் தான்சானியா படைகள் உகாண்டாவை விட்டு வெளியேறிவிடலாம் என்று ஒபாடே நம்பிக்கை அளித்தார். ஆரம்பத்திலிருந்தே இந்தப் போரில் தான்சானியாவின் கையே ஓங்கியிருந்தது. உகாண்டாவின் ராணுவத்தில் ஏற்பட்டிருந்த பிளவு மற்றும் பெரும்பாலான அதிகாரிகள், வீரர்களின் வெளியேற்றம் ஆகியவற்றால் உகாண்டாவின் ராணுவம் இந்தப் போரில் நம்பிக்கையற்றே செயலாற்றினர். விரைவிலேயே உகாண்டாவில் பல முக்கியப் பகுதிகள் தான்சானியாவின் வசமாகின.

உகாண்டா இந்தக் காலகட்டத்தில் பல சிக்கல்களில் இருந்தது அதைத் திசை திருப்புவதற்காகவே தான்சானியாவின் இந்தப் போரை இடி அமின் முன்னெடுத்தார் என்று மக்கள் நினைத்தனர். உகாண்டாவில் தான்சானியா படைகளின் வேகமான முன்னேற்றம் இடி அமினுக்கு முதல் முதலாக அச்சத்தை ஏற்படுத்தியது ஆரம்பத்தில் பெரும் நம்பிக்கையோடு போரை ஆரம்பித்தாலும் தான்சானியா படைகள் இவ்வளவு வலிமையுடனும் தீரமாகவும் போரிடும் என்று அவர் நினைக்கவில்லை. மேலும் தனது ராணுவத்தின் உண்மையான நிலையை அப்போதுதான் இடி அமின் உணர்ந்தார். இனி தான் தோற்பது உறுதி என்று இடி அமினுக்குத் தெரிந்தது. தன் படைகள் தோற்றாலும் எந்த நிலையில் தாம் எதிரி படைகளிடம் சிக்கக் கூடாது என்பதில் உறுதியாக இருந்தார் இடி அமின். எனவே படைகள் தன்னை நெருங்குவதற்கு முன் தனி விமானத்தில் சவுதி அரேபியாவிற்குத் தப்பிச் சென்றார் இடி அமின்.

இந்தப் போரில் தான்சானியா மூந்நூறுக்கும் மேற்பட்ட வீரர்களை இழந்தது. உகாண்டாவின் தரப்பில் ஆயிரம் ராணுவ வீரர்கள் கொல்லப்பட்டனர், மூவாயிரம் பேர் சிறைபிடிக்கப்பட்டனர். லிபிய வீரர்கள் அறுநூறு பேர் கொல்லப்பட்டனர், சுமார் 1,800 பேர் காயமடைந்தனர். இந்தப் போருக்குப் பிறகு 1980ல் நடந்த தேர்தலில் வெற்றிபெற்று ஒபாடே ஆட்சி அமைத்தார். ஆனாலும் உகாண்டாவின் தலைவிதியில் பெரிதாக மாற்றம் ஏதும் ஏற்படவில்லை. இடி அமினின் ஆட்சியில் நடந்த அதே அட்டூழியங்கள் ஒபாடேவின் ஆட்சியிலும் அரங்கேறின வதை முகாம்கள், சித்திரவதை, எதிர்க்கட்சியினர் கைது, தனிமைச்சிறை, காணாமல் போதல் ஆகியவை உகாண்டாவின் பொதுவான நடைமுறையானது.

# 8. செல்வம்

இடி அமின், தனது ஆட்சியின்போது பல்வேறு சுரண்டல் மற்றும் ஊழல் வழிகளில் கணிசமான செல்வத்தைக் குவித்ததற்காகப் பரவலாக அறியப்படுகிறார். அவரது ஆட்சியின் இரகசியத் தன்மை காரணமாக அவரது சொத்துகள் குறித்த சரியான புள்ளிவிவரங்களைக் கண்டறிவது கடினம் என்றாலும், இடி அமின் உகாண்டா மக்களின் செலவில் கணிசமான செல்வத்தைக் குவித்தார் என்பது தெளிவாகிறது.

**லேக் விக்டோரியாவின் அருகில் உள்ள இடி அமினின் மாளிகை**

இடி அமினின் ஆட்சி, பெரும்பாலும் தேசியமயமாக்கல் என்ற போர்வையில் தனிநபர்கள் மற்றும் சமூகங்களுக்குச் சொந்தமான வணிகங்கள், சொத்துகள் மற்றும் சொத்துகளைப் பறிமுதல் செய்வதன் மூலம் வளர்ந்தது. 1972ம் ஆண்டில் ஆசியச் சிறுபான்மையினர் வெளியேற்றப்பட்டமை இடி அமினின் ஆட்சியில் ஒரு குறிப்பிடத்தக்க நிகழ்வாகும். இந்தச் செயல் அவர்களின் வணிகங்களையும் சொத்துகளையும் பறிமுதல் செய்ய அனுமதித்தது. அதன் உரிமையை அவரது

விசுவாசமான ஆதரவாளர்களுக்கு மாற்றியது. விவசாயம், வர்த்தகம், தொழில் உள்ளிட்ட முக்கியப் பொருளாதாரத் துறைகளின் மீது இடி அமின் கட்டுப்பாட்டைச் செலுத்தினார். அவர் தன்னையும் தனது கூட்டாளிகளையும் இந்தத் துறைகளின் மையத்தில் நிலைநிறுத்தினார். தனது செல்வாக்கைப் பயன்படுத்தி வளங்களைச் சுரண்டுவதற்கும், பணத்தைப் பறிப்பதற்கும், தனிப்பட்ட சொத்துகளைக் குவிப்பதற்கும் பயன்படுத்தினார். இடி அமினின் ஆட்சி மோசடி மற்றும் ஊழலுக்குப் பெயர்போனது. அவரும் அவரது கூட்டாளிகளும் பொது கஜானா, வெளிநாட்டு உதவி மற்றும் சர்வதேசக் கடன்களில் இருந்து நிதியைத் தனிப்பட்ட ஆதாயத்திற்காகத் திருப்பினர். இந்தச் சட்டவிரோத நடவடிக்கைகள் அவரது செல்வத்தை அதிகரிக்க மேலும் பங்களித்தன.

வெளிநாட்டு உதவிகள் மீதான அமினின் கட்டுப்பாடு உகாண்டா மக்களின் நலனுக்கான வளங்களைத் தனது தனிப்பட்ட கணக்குகளுக்குத் திருப்ப அனுமதித்தது. அவர் தனது பதவியைப் பயன்படுத்தி உதவி நிதிகளைக் கையாளவும், அவற்றைத் தனது சொந்த நலன்களை நோக்கி வழிநடத்தவும் பயன்படுத்தினார். அரச வளங்களை அமின் சுரண்டுவது பரவலாக இருந்தது. தொழில்கள், விவசாயம், வர்த்தகம் ஆகியவற்றிலிருந்து கிடைக்கும் வருவாயைத் தனது ஆடம்பரமான வாழ்க்கைக்கு நிதியளிக்கவும், தனது விசுவாசமான ஆதரவாளர்களுக்கு ஆதரவளிக்கவும் திருப்பினார்.

இடி அமினின் ஆட்சி தனது சொந்த அடக்குமுறை நடவடிக்கைகளிலிருந்து பாதுகாப்பிற்கு ஈடாக வணிகங்கள் மற்றும் தனிநபர்களிடமிருந்து பணம் கோரி மிரட்டி பணம் பறித்தல் மற்றும் பாதுகாப்பு மோசடிகளில் ஈடுபட்டது. இது அவரை மேலும் செழுமைப்படுத்தும் சார்புச் சுழற்சியை உருவாக்கியது. இடி அமினின் சொத்து குவிப்புக்கு ஒரு தெளிவான எடுத்துக்காட்டு காபி மற்றும் பருத்தித் துறைகள் மீதான அவரது கட்டுப்பாடு ஆகும். இத்தொழில்களை நாட்டுடைமையாக்கித் தனது நேரடிக் கட்டுப்பாட்டின்கீழ்க் கொண்டு வந்ததன் மூலம், அவற்றின் வளங்களைச் சுரண்டி, லாபங்களைத் தனது சொந்தக் கணக்குகளுக்குத் திருப்ப முடிந்தது.

இடி அமினின் சொத்துக் குவிப்பு சொத்து பறிமுதல், பொருளாதாரத் துறைகளின் மீதான கட்டுப்பாடு,

ஊழல், மோசடி மற்றும் அரசு வளங்களைச் சுரண்டுதல் ஆகியவற்றின் கலவையால் உந்தப்பட்டது. இவரும் அவரது விசுவாசமான ஆதரவாளர்களும் செழித்து வளர்ந்தபோது, அவரது அடக்குமுறை ஆட்சியின்கீழ்ப் பாதிக்கப்பட்ட உகாண்டா மக்களின் இழப்பில் அவரது செழுமை ஏற்பட்டது. தனிப்பட்ட லாபத்திற்காகத் தேசிய வளங்கள் குறைவதற்கு ஊழல் தலைமை எவ்வாறு வழிவகுக்கும் என்பதற்கு அமினின் ஆட்சி ஓர் எடுத்துக்காட்டு.

இடி அமினின் அரசியல் சித்தாந்தம் சந்தர்ப்பவாதம், தீவிர தேசியவாதம் மற்றும் எதேச்சதிகாரத்தால் குறிக்கப்பட்டது. அதிகாரத்தைப் பலப்படுத்தவும், தேசிய உணர்வுகளைச் சுரண்டவும், தனது ஆட்சியின் மீது கட்டுப்பாட்டைத் தக்க வைத்துக்கொள்ளவும் இடி அமினின் கருத்துகள் வடிவமைக்கப்பட்டன. இடி அமினின் அரசியல் கருத்துகள் முதன்மையாகச் சந்தர்ப்பவாதம் மற்றும் தற்காப்புக்கான விருப்பத்தால் உந்தப்பட்டன. தனது நலன்களுக்குச் சேவை செய்யும் எந்தவொரு குழு அல்லது சித்தாந்தத்துடனும் தன்னை இணைத்துக்கொள்ள அவர் தயாராக இருந்தார்.

அவரது ஆட்சி முழுவதும், அவர் கூட்டணிகள் மற்றும் சொல்லாட்சிகளைத் தனது தற்போதைய நோக்கங்களுக்கு ஏற்ப மாற்றினார். இதனால் ஒரு நிலையான அரசியல் சித்தாந்தத்தைச் சுட்டிக்காட்டுவது கடினம். இடி அமின் தீவிரத் தேசியவாதத்தை ஆதரித்தார். பெரும்பாலும் உகாண்டாவின் பெருமையை ஈர்க்கக் காலனித்துவ எதிர்ப்பு மற்றும் ஏகாதிபத்திய எதிர்ப்பு சொல்லாட்சியைப் பயன்படுத்தினார். மேற்கத்திய சுரண்டலுக்கு எதிராக ஆப்பிரிக்க நலன்களின் பாதுகாவலராகத் தன்னை நிலைநிறுத்திக் கொண்ட அவர், ஆதரவைப் பெறுவதற்காகத் தேசியவாத உணர்வுகளின் மீது விளையாடினார்.

அதிகாரத்தைத் தன் கைகளில் குவித்துக்கொண்டு, எதிர்ப்பை அடக்கி, அச்சம் மற்றும் வன்முறை மூலம் எதிர்ப்பை அடக்கினார். அவரது எதேச்சாதிகாரப் போக்குகள் அவரது நலன்களுக்குச் சேவை செய்வதற்காக ராணுவம், நீதித்துறை உள்ளிட்ட நிறுவனங்களை அவர் கையாண்டதில் பிரதிபலித்தன. இடி அமின் தன்னைச் சுற்றி ஓர் ஆளுமை வழிபாட்டை வளர்த்து, வலிமை, வசீகரம், இயலாமை ஆகியவற்றின் பிம்பத்தை முன்னிறுத்தினார். இந்த ஆளுமை விசுவாசத்தை வளர்ப்பதற்கும் அவரது ஆட்சிக்குச் சவால்களை ஊக்கப்படுத்துவதற்கும் வடிவமைக்கப்பட்டது. பெரும்பாலும் தனது அரசியல் நோக்கங்களை

முன்னெடுப்பதற்கான கருவிகளாக மதத்தையும் இனத்தையும் பயன்படுத்தினார். மக்களின் உணர்வுகளைக் கையாளவும், தனது அதிகாரத் தளத்தை வலுப்படுத்தவும் அவர் மத மற்றும் இனப் பிளவுகளில் விளையாடினார்.

ஜனாதிபதி பதவியின் ஆரம்பத்தில் சோசலிச சித்தாந்தங்களுடன் அணிசேர்ந்தார். பின்னர், ஏகாதிபத்திய எதிர்ப்பு, தேசியவாத சொல்லாட்சியை நோக்கி மாறினார். அதிகாரத்தைத் தக்கவைத்துக் கொள்வதற்கான அவரது சந்தர்ப்பவாத அணுகுமுறையால் இந்த மாற்றங்கள் உந்தப்பட்டன. 1970களில் பாலஸ்தீனிய நோக்கத்துடன் இடி அமின் இணைந்தது அவரது சந்தர்ப்பவாத அரசியல் கருத்துகளுக்கு ஓர் எடுத்துக்காட்டு. பாலஸ்தீன விடுதலை இயக்கத்தை (பி.எல்.ஓ) ஆதரித்த அவர், அந்த நேரத்தில் அரபு உலகில் நிலவிய மேற்கத்திய எதிர்ப்பு உணர்வுடன் தன்னை இணைத்துக்கொள்ள என்டெபே விமான நிலைய நெருக்கடியின்போது கடத்தல்காரர்களுக்கு அடைக்கலம் கொடுத்தார்.

இடி அமினின் அரசியல் பார்வைகள் சந்தர்ப்பவாதம், தீவிரத் தேசியவாதம் மற்றும் எதேச்சதிகாரத்தால் வகைப்படுத்தப்பட்டன. கூட்டணிகளை மாற்றுவதற்கும், தனது சொந்த லாபத்திற்காகச் சொல்லாட்சியைக் கையாளுவதற்கும் அவர் தயாராக இருப்பது ஒரு நிலையான கருத்தியல் கட்டமைப்பைச் சுட்டிக்காட்டுவதைச் சவாலாக ஆக்குகிறது. இருப்பினும், தேசியவாத உணர்வு, சர்வாதிகார ஆட்சி மற்றும் பல்வேறு காரணிகளை அவர் சுரண்டுவது அவரது ஆட்சியின்போது உகாண்டாவில் அதிகாரத்தையும் கட்டுப்பாட்டையும் தக்கவைப்பதற்கான அவரது அணுகுமுறையை எடுத்துக்காட்டுகிறது.

இடி அமின், ஒரு பேரரசரை நினைவுபடுத்தும் ஆடம்பரமான வாழ்க்கை வாழ்ந்தார். அதே நேரத்தில் அவரது பெரும்பாலான மக்கள் அவரது அடக்குமுறை ஆட்சியின்கீழ்ப் பாதிக்கப்பட்டனர். ஆடம்பரமான வசதிகள், நேர்த்தியான அலங்காரங்கள், பரந்த மைதானங்கள் கொண்ட பல ஆடம்பரமான குடியிருப்புகளில் இடி அமின் வசித்து வந்தார். அவரது வீடுகளில் தனிப்பட்ட திரையரங்குகள், நீச்சல் குளங்கள் மற்றும் பலவிதமான ஆடம்பரங்கள் இருந்தன. அதே நேரத்தில் பெரும்பாலான உகாண்டா மக்கள் வறுமையில் வாழ்ந்தனர். இடி அமினின் வாழ்க்கை முறை அவ்வப்போது சர்வதேசப் பயணத்தை உள்ளடக்கி

இருந்தது. பெரும்பாலும் பெரிய பரிவாரங்கள் மற்றும் ஆடம்பரமான தங்குமிடங்களுடன். இந்தப் பயணங்களுக்கு நிதியளிக்க அவர் அரசாங்க நிதியைப் பயன்படுத்தினார். இது தனது நாட்டின் மோசமான பொருளாதார நிலைமைகளை அலட்சியப்படுத்துவதைக் காட்டுகிறது.

கார்கள், நகைகள், சிறந்த உணவுகள் உள்ளிட்ட ஆடம்பரப் பொருட்களுக்கு இடி அமின் அதிகப்படியான செலவு செய்தது, உகாண்டாவின் பெரும்பான்மையான மக்கள் எதிர்கொள்ளும் பொருளாதாரத் துன்பங்கள் குறித்த அவரது அலட்சியத்தை வெளிப்படுத்தியது. அவர் சேவை செய்ய வேண்டிய குடிமக்கள் அனுபவித்த வறுமைக்கு முற்றிலும் முரணாக அவரது வாழ்க்கை முறை இருந்தது. இடி அமின் தனது ஆடம்பரமான வாழ்க்கை முறையில் ஈடுபட்டபோது, உகாண்டா மக்கள் பொருளாதார ஸ்திரமின்மை, உணவுப் பற்றாக்குறை மற்றும் மனித உரிமை மீறல்களால் பாதிக்கப்பட்டனர்.

அவரது நடவடிக்கைகள் அவரது மக்களின் துன்பத்திற்கு நேரடியாகப் பங்களித்தன. ஏனெனில், அவர்களின் நலனுக்காகப் பயன்படுத்தக்கூடிய வளங்கள் அவரது செல்வச் செழிப்புக்கு நிதியளிக்கத் திருப்பி விடப்பட்டன. இடி அமினின் ஆடம்பரத்திற்கு ஒரு முக்கிய எடுத்துக்காட்டு 1975ம் ஆண்டில் அவரது முடிசூட்டு விழா ஆகும். இது அலங்காரங்கள், உடைகள் மற்றும் கொண்டாட்டங்களுக்கு அதிகப்படியான செலவுகளால் குறிக்கப்பட்டது. பொருளாதாரக் கொந்தளிப்பின்போது செல்வத்தை ஆடம்பரமாக வெளிப்படுத்துவது இடி அமினுக்கும் அவரது குடிமக்களுக்கும் இடையிலான தொடர்பை மேலும் அடிக்கோடிட்டுக் காட்டியது.

இடி அமினின் வாழ்க்கை முறை ஒரு சக்கரவர்த்தியின் அடையாளமாக இருந்தது. இது ஆடம்பரம், ஆடம்பரம் மற்றும் அதிகப்படியான தன்மை ஆகியவற்றால் வகைப்படுத்தப்பட்டது. அவரது நடத்தை அவரது சொந்த ஆடம்பர வாழ்க்கைக்கும் உகாண்டா மக்கள் அனுபவித்த துன்பங்களுக்கும் இடையே ஓர் அப்பட்டமான வேறுபாட்டைக் காட்டியது. அதிகாரத்தின் பிடிகளை அனுபவித்துக் கொண்டிருந்த இடி அமின் தனது குடிமக்களின் நல்வாழ்வைப் புறக்கணித்தது அவரது ஆட்சியை வரையறுக்கும் அப்பட்டமான சமத்துவமின்மைக்கு ஒரு சான்றாக உள்ளது.

# 9. மிகப் பெரிய தவறுகள்

இடி அமின், தனது வாழ்நாளில் தொடர்ச்சியான தவறுகளைச் செய்தார். இது அவரது நாட்டிற்கும் அதன் மக்களுக்கும் கடுமையான, நீண்டகால விளைவுகளை ஏற்படுத்தியது. இந்தத் தவறுகள் அவரது எதேச்சதிகார மற்றும் ஒழுங்கற்ற தன்மையால் ஏற்பட்டன. இது உகாண்டாவில் பரவலான துன்பம், பொருளாதாரச் சரிவு மற்றும் தனிமைப்படுத்தலுக்கு வழிவகுத்தது. இடி அமினின் மிகப்பெரிய தவறுகளை ஆராய்வது அவரது ஆட்சியை வடிவமைத்த காரணிகள் மற்றும் உகாண்டாவில் அது ஏற்படுத்திய பேரழிவுகரமான தாக்கம் பற்றிய தகவல்களை வழங்குகிறது.

இடி அமினின் மிக மோசமான தவறுகளில் ஒன்று 1972ல் உகாண்டாவின் ஆசியச் சிறுபான்மையினரை வெளியேற்றியது. இந்தப் பொறுப்பற்ற முடிவு திறமையான தொழிலாளர்கள் மற்றும் தொழில் முனைவோர்களில் கணிசமான பகுதியினர் கட்டாயமாக வெளியேற வழிவகுத்தது. இதன் விளைவாகப் பொருளாதாரம், வர்த்தகம், தொழில்துறை போன்ற முக்கியத் துறைகள் சரிந்தன. இது உகாண்டா மக்களுக்குச் செல்வத்தை மறுபகிர்வு செய்வதற்காக என்று இடி அமின் கூறினார். ஆனால், யதார்த்தம் கடுமையான பொருளாதார நெருக்கடியாகும். இடி அமினின் மிருகத்தனமான அடக்குமுறை, மனித உரிமை மீறல்கள் எதிரிகளின் சித்திரவதைகள், கொலைகள், காணாமல் போதல்கள் அச்சம் ஆகியவை உகாண்டாவில் நிலையற்ற சூழலை உருவாக்கின. இந்த நடவடிக்கைகள் பெரும் துன்பத்திற்கு வழிவகுத்தது மட்டுமல்லாமல், வெளிநாட்டு முதலீடுகள் மற்றும் வளர்ச்சியைத் தடுத்து உகாண்டாவின் முன்னேற்றத்தைத் தடுத்தன.

இடி அமினின் தவறான பொருளாதாரக் கொள்கைகள், முறையற்ற நிர்வாகம், ஊழல், நிபுணத்துவமின்மை ஆகியவற்றால் வகைப்படுத்தப்பட்டன. அவர் வணிகங்களையும் சொத்துகளையும் கைப்பற்றியது பொருளாதார வீழ்ச்சிக்கும் திறமையான தொழிலாளர்களின் இழப்புக்கும் வழிவகுத்தது. இதன் விளைவாக ஏற்பட்ட பொருளாதாரக் குழப்பம் நாட்டின் உள்கட்டமைப்பு மற்றும் வளங்களை மேலும் பலவீனப்படுத்தியது. இடி அமினின் ஒழுங்கற்ற நடத்தை மற்றும் 1976ம் ஆண்டில் என்டெபே விமான நிலைய நெருக்கடியின்போது பயங்கரவாதிகளுக்கு ஆதரவளித்தது போன்ற சர்வதேச நிகழ்வுகள் உலக அரங்கில் உகாண்டா தனிமைப்படுத்தப்படுவதற்கு வழிவகுத்தன. மற்ற நாடுகளுடனான அவரது மோதல் நிலைப்பாடு ராஜதந்திர உறவுகளைச் சேதப்படுத்தி சர்வதேச ஒத்துழைப்பைத் தடுத்தது.

கல்வி மற்றும் சுகாதார அமைப்புகளை இடி அமின் புறக்கணித்ததன் விளைவாகத் திறமையான நிபுணர்களின் பற்றாக்குறை மற்றும் அத்தியாவசியச் சேவைகளுக்குப் போதுமான அணுகல் இல்லை. இந்தத் துறைகளின் சரிவு உகாண்டாவில் மனித மூலதனம் மற்றும் வளர்ச்சியில் நீண்டகால விளைவுகளை ஏற்படுத்தியது. ஊழல், அரச வளங்களைச் சுரண்டுவதன் மூலம் சுய வளப்படுத்தலில் இடி அமின் கவனம் செலுத்தியது ஆகியவை நாட்டின் பொருளாதாரத்தையும் வளங்களையும் வீணடித்தது. அவரது தனிப்பட்ட செல்வத்தைத் தேடுவது, அவரது ஆடம்பரமான வாழ்க்கை முறைக்கும் உகாண்டாவின் பெரும்பான்மையானவர்கள் அனுபவித்த வறுமைக்கும் இடையிலான பிளவை மேலும் ஆழப்படுத்தியது.

இடி அமினின் தவறுகளுக்கு அவரது சர்வாதிகாரம், சந்தர்ப்பவாதம், நிலையற்ற நிர்வாகம், பொருளாதாரம் குறித்த புரிதல் இல்லாமை போன்றவை காரணமாக இருக்கலாம். தனது நாட்டிற்கும் அதன் மக்களுக்கும் ஏற்படும் விளைவுகளைப் பொருட்படுத்தாமல், தனது அதிகாரத்தை வலுப்படுத்தவும், கட்டுப்பாட்டைப் பராமரிக்கவும், தனது தனிப்பட்ட நலன்களை மேம்படுத்தவும் அவர் முடிவுகளை எடுத்தார். அவரது நடவடிக்கைகள் உகாண்டா மற்றும் அதன் குடிமக்களுக்குப் பேரழிவுகரமான விளைவுகளை ஏற்படுத்தின. இது நிர்வாகத்தில் பொறுப்பான தலைமையின் முக்கியத்துவத்தை எடுத்துக்காட்டியது.

மேற்கத்திய ஏகாதிபத்தியத்திற்கு எதிரான இடி அமினின் தீவிரத் தேசியவாதம், காலனித்துவத்தின் விளைவுகளை அனுபவித்த பல உகாண்டா மற்றும் ஆப்பிரிக்கர்களிடம் எதிரொலித்தது. அவரது காலனித்துவ எதிர்ப்பு வெளிநாட்டுச் சக்திகளால் ஒடுக்கப்பட்டதாக உணர்ந்தவர்களிடமிருந்து அவருக்கு ஆதரவைப் பெற்றுத் தந்தன. உகாண்டாவில் உள்ள ஆசியச் சிறுபான்மையினரை இடி அமின் வெளியேற்றியது உள்ளூர் மக்களுக்குச் செல்வத்தையும் வளங்களையும் மறுபகிர்வு செய்வதற்கான முயற்சி என்று சிலர் வாதிடுகின்றனர். இந்த நடவடிக்கை, சர்ச்சைக்குரியது, செயல்படுத்துவதில் ஆழமான குறைபாடுடையது என்றாலும், உகாண்டா மக்களைப் பொருளாதார ரீதியாக வலுப்படுத்துவதை நோக்கமாகக் கொண்டது.

இடி அமினின் ஆட்சி சித்திரவதைகள், சட்டத்திற்குப் புறம்பான கொலைகள் மற்றும் அரசியல் எதிரிகள் காணாமல் போதல் உள்ளிட்ட பரந்த மனித உரிமை மீறல்களால் அவரை ஒரு நாயகனாகக் கருதுவதற்குத் தகுதியற்றவையாக ஆக்குகின்றன. ஆசியர்களை வெளியேற்றியது, வளங்களைத் தவறாக நிர்வகித்தல் உள்ளிட்ட இடி அமினின் பொருளாதாரக் கொள்கைகள் உகாண்டாவில் பொருளாதார வீழ்ச்சி, பரவலான வறுமை, பொருளாதார ஸ்திரமின்மைக்கு வழிவகுத்தன. மக்களின் நல்வாழ்வில் இந்த முடிவுகளின் மோசமான விளைவுகளைப் புறக்கணிக்க முடியாது.

இடி அமின் நாயகனா அல்லது கிரிமினலா என்ற கேள்வி சிக்கலானது, நுணுக்கமானது. அவரது பாரம்பரியம் மனித உரிமை மீறல்கள், தவறான பொருளாதார நிர்வாகம், சர்வாதிகார ஆட்சி ஆகியவற்றால் குறிக்கப்படுகிறது. தனது ஆட்சியின்போது உகாண்டா மீது அவர் ஏற்படுத்திய துன்பங்களையும் நிலையற்ற தன்மையையும் புறக்கணிக்கவோ அல்லது நியாயப்படுத்தவோ முடியாது. இறுதியில், இடி அமின் ஒரு வீர நபராக அல்லாமல் பெரும் தீங்கு விளைவிக்கும் ஒரு சர்வாதிகாரியாக நினைவுகூரப்படுகிறார் என்பதைச் சான்றுகள் சுட்டிக்காட்டுகின்றன.

ஒரு காலத்தில் சர்வாதிகாரியாக இருந்த இடி அமின், தனது கடைசி மணி நேரங்களில் வீழ்ச்சியைச் சந்தித்தார். இது அவரது கொடூரமான, அடக்குமுறை ஆட்சியின் முடிவைக் குறிக்கிறது. இடி அமினின் வாழ்க்கையின் இறுதி அத்தியாயம் தனிமை, நாடு கடத்தல், சவூதி அரேபியாவில் இருண்ட நிலைக்குத் திரும்புதல் ஆகியவற்றால் வகைப்படுத்தப்பட்டது.

1970களின் பிற்பகுதியில், இடி அமினின் ஆட்சி நிலையற்றதாக மாறியது. பொருளாதார வீழ்ச்சி, மனித உரிமை மீறல்கள், சர்வதேச தனிமைப்படுத்தல் ஆகியவற்றால் பாதிக்கப்பட்டது. அவரது மிருகத்தனமான தந்திரங்கள், மோதல் வெளியுறவுக் கொள்கை ஆகியவை உகாண்டாவில் ராஜதந்திர உறவுகளைச் சீர்குலைக்கவும் பொருளாதாரக் கொந்தளிப்பிற்கும் வழிவகுத்தன. இடி அமினின் ஆட்சி குழப்பத்தில் மூழ்கியதால், ராணுவ அதிகாரிகள் மற்றும் விசுவாசமான ஆதரவாளர்கள் உட்பட அமினின் முக்கியக் கூட்டாளிகள் தங்களை விலக்கிக்கொள்ளத் தொடங்கினர். அவரது ஆட்சிக்குள் ஏற்பட்ட பிளவுகள் அதிகாரத்தின் மீதான அவரது பிடியைப் பலவீனப்படுத்தியது. அவர் தனிமைப்படுத்தப்பட்டார்.

1979ம் ஆண்டில், அமினின் ஆட்சி தான்சானியா படைகளின் ஆதரவுடன் உகாண்டா கிளர்ச்சியாளர்கள் தலைமையிலான ராணுவப் புரட்சியை எதிர்கொண்டது. அவரது படைகள் நொறுங்கி, அவரது கட்டுப்பாடு பலவீனமடைந்ததால், இடி அமின் உகாண்டாவை விட்டு வெளியேறி, லிபியாவிலும் பின்னர் சவூதி அரேபியாவிலும் தஞ்சம் புகுந்தார். அவரது விலகல் அவரது எட்டு ஆண்டுக்கால ஆட்சியின் முடிவைக் குறிக்கிறது. இது அவரின் காட்டுமிராண்டித்தனம் மற்றும் தவறான நிர்வாகத்தால் ஏற்பட்டது.

1980ம் ஆண்டு சவுதி அரேபியாவில் தஞ்சம் அடைவதற்கு முன்பு லிபியா உள்ளிட்ட பல்வேறு நாடுகளில் புலம் பெயர்ந்து வாழ்ந்தார் இடி அமின். சவூதி அரேபியாவில், அவர் ஒரு காலத்தில் வகித்த அதிகாரத்திலிருந்தும் புகழிலிருந்தும் வெகு தொலைவில் ஒப்பீட்டளவில் இருளில் வாழ்ந்தார். உலக அரங்கில் அவரது செல்வாக்குக் குறைந்து. அவர் பெரும்பாலும் மறக்கப்பட்ட நபராக மாறினார். இறக்கும் வரை அவ்வாறேதான் இருந்தார். தனது பிந்தைய ஆண்டுகளில், இடி அமின் எப்போதாவது பேட்டிகள் கொடுப்பதன் மூலமும் அறிக்கைகளை வெளியிடுவதன் மூலமும் கவனத்தை ஈர்த்தார். ஆனால், அவரது மனித உரிமை மீறல்கள், அவரது ஆட்சியின்கீழ் இழைக்கப்பட்ட அட்டூழியங்களால் தனது செல்வாக்கை மீண்டும் பெறுவதற்கான அவரது முயற்சிகள் தோல்வியில் முடிந்தன.

இடி அமின் ஆகஸ்ட் 16, 2003 அன்று சவூதி அரேபியாவின் ஜெட்டாவில் காலமானார். அவரது மரணம் உகாண்டா வரலாற்றில் ஒரு கொந்தளிப்பான அத்தியாயத்தின் முடிவைக் குறிக்கிறது. கொடூரம், ஊழல் மற்றும் துன்பத்தின்

பாரம்பரியத்தை விட்டுச் சென்றது. அதிகாரத்திற்கான அவரது முந்தைய விருப்பங்கள் இருந்தபோதிலும், இடி அமினின் பிந்தைய ஆண்டுகள் தெளிவற்ற தன்மை மற்றும் உலக அரங்கில் மங்கிய தாக்கத்தால் உருவானது. இடி அமினின் வாழ்க்கையின் கடைசி மணிநேரங்கள் தனிமை, நாடு கடத்தல் மற்றும் அவரது கொடூரமான ஆட்சி முடிவுக்கு வந்த பின்னர் இருளில் மூழ்குதல் ஆகியவற்றால் நிறைந்தன.

ஆகஸ்ட் 16, 2003 அன்று இடி அமின் இறந்ததைத் தொடர்ந்து, அவரது சொத்துகளை மாற்றுவது ஒரு சிக்கலான செயல்முறையாக மாறியது. சுரண்டல், ஊழல் மற்றும் மோசடி மூலம் திரட்டப்பட்ட இடி அமினின் பரந்த செல்வம், அவரது மறைவுக்குப் பின்னர் இந்தச் சொத்துகளின் கதி குறித்து கேள்விகளை எழுப்பியது. சில சொத்துகள் கண்டுபிடிக்கப்பட்டு மீட்கப்பட்டாலும், பல மறைக்கப்பட்டன அல்லது சர்ச்சைகளுக்கு உட்பட்டன. இடி அமினின் சொத்துகளின் தலைவிதியை ஆராய்வது முறைகேடாகச் சம்பாதித்த ஆதாயங்களை மீட்டெடுப்பதற்கான சவால்களைப் பற்றிய தகவல்களை வழங்குகிறது.

இடி அமினின் சொத்துகளில் கணிசமான பகுதி மறைக்கப்பட்டது. பல்வேறு வெளிநாட்டுக் கணக்குகள் மற்றும் மறைக்கப்பட்ட முதலீடுகளில் பதுக்கி வைக்கப்பட்டிருக்கலாம். இந்த மறைக்கப்பட்ட சொத்துகளைக் கண்டறிந்து மீட்டெடுப்பது அவற்றின் ரகசியத் தன்மை காரணமாகச் சவாலாக இருந்தது. இடி அமினின் சொத்துகள் குறித்துச் சரியான ஆவணங்கள், பதிவுகள் இல்லாததால், உரிமையை நிறுவவும், நிதி ஓட்டத்தைக் கண்டறியவும் கடினமாக இருந்தது. இந்த வெளிப்படைத்தன்மையின்மை மீட்பு செயல்முறைக்குத் தடையாக இருந்தது.

இடி அமினின் மரணம் குடும்ப உறுப்பினர்கள், கூட்டாளிகள் மற்றும் அவரது ஆட்சியில் பாதிக்கப்பட்டவர்கள் உட்படப் பல்வேறு தரப்பினரிடமிருந்து இழப்பீடு கோரும் சர்ச்சைகளையும் கோரிக்கைகளையும் தூண்டியது. இந்தக் கூற்றுக்கள் உண்மையான பயனாளிகளை அடையாளம் காணும் செயல்முறையைச் சிக்கலாக்குகின்றன. இடி அமினின் ஆட்சிக்குப் பின்னர் உகாண்டாவிலும் உலக அளவிலும் அரசியல் நிலப்பரப்பு கணிசமாக மாறிவிட்டது. இது சொத்து மீட்பு முயற்சிகளில் ஒத்துழைக்க வெளிநாட்டு அரசாங்கங்கள் மற்றும் நிதி நிறுவனங்களின் விருப்பத்தைப் பாதித்தது. மீட்டெடுக்கப்பட்ட சொத்துகள் மற்றும் எடுத்துக்காட்டுகள்.

### சுவிட்சர்லாந்து

கடந்த 2003ம் ஆண்டு அமினுடன் தொடர்புடைய பல வங்கிக் கணக்குகளை சுவிட்சர்லாந்து முடக்கியது. இந்த நிதிகளில் சில இறுதியில் உகாண்டா அரசாங்கத்திடம் திருப்பி அனுப்பப்பட்டன. இருப்பினும், சரியான தொகை மற்றும் விநியோகம் சர்ச்சைக்குரியதாகவே இருந்தது.

### ரியல் எஸ்டேட்

இடி அமினின் சில ரியல் எஸ்டேட் சொத்துகள் விற்கப்பட்டன. மற்றவை குடும்ப உறுப்பினர்களால் உரிமை கோரப்பட்டன. இருப்பினும், உரிமையைச் சுற்றியுள்ள சர்ச்சைகள், சட்டச் சவால்கள் ஒரு சுமுகமான செயல்முறையைத் தடுத்தன.

### வாகனங்கள் மற்றும் தனிப்பட்ட உடைமைகள்

இடி அமினின் வாகனங்கள், தனிப்பட்ட உடைமைகள் ஏலத்தில் விற்கப்பட்டன அல்லது நினைவுப் பொருட்களாக வைக்கப்பட்டன. இந்தப் பொருட்கள் வரலாற்று முக்கியத்துவத்தைக் கொண்டிருந்தன. ஆனால், சொத்து மீட்பு முயற்சிகளுக்குக் கணிசமாகப் பங்களிக்கவில்லை.

சில வெற்றிகரமான சொத்து மீட்பு முயற்சிகள் இருந்தபோதிலும், இடி அமினின் முறைகேடாகச் சம்பாதித்த செல்வத்தின் கணிசமான பகுதி மேலே குறிப்பிட்ட சவால்கள் காரணமாக மீட்கப்படாமல் இருந்தது. சர்வதேச ஒருங்கிணைப்பு இல்லாமை, பல்வேறு அதிகார வரம்புகளில் சொத்துகளைக் கண்காணிப்பதில் உள்ள சிக்கல் ஆகியவை முழுமையடையாத மீட்பு செயல்முறைக்குப் பங்களித்தன. இடி அமினின் மரணத்திற்குப் பின்னர் அவரது சொத்துகளின் நிலை, சவால்கள், சர்ச்சைகள், முழுமையற்ற மீட்பு முயற்சிகளால் குறிக்கப்பட்டது. சில நிதிகள் மீட்கப்பட்டு உகாண்டாவுக்குத் திருப்பி அனுப்பப்பட்டாலும், அவரது செல்வத்தின் கணிசமான பகுதி மறைக்கப்பட்டுள்ளது அல்லது சட்டச் சர்ச்சைகளுக்கு உட்பட்டது. இந்தச் செயல்முறை ஊழல் மற்றும் சுரண்டல் மூலம் பெறப்பட்ட சொத்துகளை மீட்டெடுப்பதில் உள்ள சிரமங்களை எடுத்துக்காட்டியது. அத்தகைய சந்தர்ப்பங்களில் வெளிப்படையான கூட்டுச் சர்வதேச முயற்சிகளின் அவசியத்தை அடிக்கோடிட்டுக் காட்டியது.

# 10. நீடித்த அச்சமும் கொடூரத்தின் பாரம்பரியமும்

இடி அமினின் ஆட்சி எதேச்சதிகாரம் மற்றும் கட்டுப்பாடற்ற அதிகாரத்தின் அபாயங்களை அப்பட்டமாக நினைவூட்டுகிறது. அவரது மிருகத்தனமான தந்திரங்கள், மாற்றுக் கருத்துகளை ஒடுக்குதல் மனித உரிமைகளைப் புறக்கணிப்பது ஆகியவை அதிகாரத்தை உறுதிப்படுத்தும் தலைவர்கள் தங்கள் குடிமக்களுக்கு எவ்வாறு பெரும் தீங்கு விளைவிக்க முடியும் என்பதை எடுத்துக்காட்டுகின்றன. இடி அமினின் ஆட்சி ஜனநாயக நிறுவனங்கள், பொறுப்புக்கூறல், சட்டத்தின் ஆட்சி ஆகியவற்றின் முக்கியத்துவத்தை அடிக்கோடிட்டுக் காட்டுகிறது.

நிறுவனங்களை அவர் கையாள்வது, உரிய செயல்முறையைப் புறக்கணிப்பது அதிகாரக் குவிப்பு ஆகியவை தலைவர்கள் தங்கள் செயல்களுக்குப் பொறுப்பேற்பதை உறுதி செய்யும் ஓர் அமைப்பின் அவசியத்தை எடுத்துக்காட்டுகின்றன. இடி அமினின் அட்டூழியங்களை நினைவுகூர்வது மனித உரிமைகளைப் பாதுகாப்பதன் முக்கியத்துவத்திற்கு ஒரு சான்றாகும். சித்திரவதை சட்டத்திற்குப் புறம்பான கொலைகள் உட்பட அவரது பரவலான மனித உரிமை மீறல்கள், அனைத்துத் தனிநபர்களின் உரிமைகளையும் கண்ணியத்தைப் பாதுகாக்கவும் மேம்படுத்தவும் வேண்டியதன் அவசியத்தை வலியுறுத்துகின்றன.

இடி அமினின் தவறான நிர்வாகம், ஊழல், வளங்களைச் சுரண்டுதல் ஆகியவை அத்தகைய நடைமுறைகளின் பேரழிவுகரமான விளைவுகள் குறித்த படிப்பினைகளை வழங்குகின்றன. அவரது நடவடிக்கைகள் பொருளாதார வீழ்ச்சி, வறுமை மற்றும் துன்பத்திற்கு வழிவகுத்தன. வெளிப்படையான நிர்வாகம் பொறுப்பான வள மேலாண்மையின் முக்கியத்துவத்தை எடுத்துரைத்தன.

அவரது ஆட்சியைப் படிப்பதன் மூலமும் புரிந்துகொள்வதன் மூலமும், எதிர்காலத்தில் இதுபோன்ற அட்டூழியங்களைத் தடுப்பதற்கும் நீதி, சகிப்புத்தன்மை, மனித உரிமைகளுக்கு மதிப்பளிக்கும் சூழலை வளர்ப்பதற்கும் சமூகங்கள் செயல்பட முடியும். இடி அமினின் ஆட்சியில் பாதிக்கப்பட்டவர்கள் மற்றும் தப்பிப் பிழைத்தவர்களை நினைவுகூர்வது அவர்களின் துன்பத்தை அங்கீகரிப்பதற்கும் அவர்களின் அனுபவங்களைச் சரிபார்ப்பதற்கும் ஒரு செயலாகும்.

இடி அமினின் ஆட்சியையும் அதன் விளைவுகளையும் படிப்பது அடக்குமுறை ஆட்சிகளின் அபாயங்கள் குறித்த கல்விக்கும் விழிப்புணர்வுக்கும் பங்களிக்கும். அதிகாரம், தலைமைத்துவம், ஆட்சி நெறிமுறைகள் பற்றிய விமர்சன விவாதங்களுக்கு இது வாய்ப்புகளை வழங்குகிறது. அவரது ஆட்சியைப் படிப்பதன் மூலம், எதிர்காலத்தில் இதுபோன்ற அட்டூழியங்களைத் தடுக்கவும், நீதி, மனிதக் கண்ணியம் மற்றும் பொறுப்பான நிர்வாகத்தை மதிக்கும் ஓர் உலகத்தை வளர்ப்பதற்கும் நாம் பணியாற்ற முடியும். இடி அமினின் தலைமை தீவிர விவாதத்திற்கும் ஆய்வுக்கும் உள்ளாகியுள்ளது. 1971 முதல் 1979 வரையிலான அவரது எட்டு ஆண்டு கால ஆட்சி தீவிரக் காட்டுமிராண்டித்தனம், மனித உரிமை மீறல்கள் மற்றும் பொருளாதார வீழ்ச்சி ஆகியவற்றால் உருவானது. இடி அமினின் தலைமை உகாண்டா மக்களுக்குப் பெரும் துன்பத்திற்கும் மரணத்திற்கும் வழிவகுத்த பயங்கரவாத ஆட்சியுடன் தொடர்புடையது.

ராணுவப் புரட்சி மூலம் அதிகாரத்தைக் கைப்பற்றிய பின்னர், இடி அமின் இன மற்றும் அரசியல் குழுக்களை நேரடியாக இலக்காகக் கொண்ட கொள்கைகளைச் செயல்படுத்தினார். இடி அமின் ஒழுங்கற்ற முறையில் முடிவெடுப்பதும், சட்டத்தின் ஆட்சியைப் புறக்கணிப்பதும் அச்சம் மற்றும் நிலையற்ற சூழலை உருவாக்கி, நாட்டின் சமூகக் கட்டமைப்பிற்கு ஆழ்ந்த சேதத்தை ஏற்படுத்தியது. இடி அமினின் தலைமைத்துவத்தின் வரையறுக்கப்பட்ட

பண்புகளில் ஒன்று, மனித உரிமைகளை அப்பட்டமாகப் புறக்கணிப்பதாகும். சித்திரவதைகள், சட்டத்திற்குப் புறம்பான கொலைகள் பரவலான காட்டுமிராண்டித்தனம் பற்றிய செய்திகள் அவரது ஆட்சி முழுவதும் பரவலாக இருந்தன.

அரசியல் எதிரிகள், ஊடகவியலாளர்கள், அப்பாவி பொதுமக்கள் போன்றோர் விவரிக்க முடியாத வன்முறைச் செயல்களுக்கு உட்படுத்தப்பட்டனர். இடி அமினின் ஈவிரக்கமற்ற அதிகார வேட்கை ஜனநாயக நிறுவனங்களை அழிப்பதற்கும் பேச்சுச் சுதந்திரத்தை நசுக்குவதற்கும் வழிவகுத்தது. இது அவரது மக்கள் நலனில் அக்கறை கொண்ட ஒரு தலைவர் என்பதைவிட ஒரு கொடுங்கோலர் என்ற அவரது பிம்பத்தை மேலும் உறுதிப்படுத்தியது.

இடி அமினின் பொருளாதாரக் கொள்கைகள் தவறான நிர்வாகம், ஊழல் மற்றும் நிதிப் பொறுப்பைப் புறக்கணிப்பது ஆகியவற்றால் நிறைந்திருந்தன. அதனால் பொருளாதார வீழ்ச்சிக்கு அவை வழி ஏற்படுத்தின. இது அதிகப் பணவீக்கம் மற்றும் அத்தியாவசியப் பொருட்களின் பற்றாக்குறைக்கு வழிவகுத்தது. நாட்டின் பொருளாதார நடவடிக்கைகளில் ஒருங்கிணைந்த ஆசியர்கள் வெளியேற்றப்பட்டது, உகாண்டாவின் பொருளாதாரத்தில் பேரழிவுகரமான தாக்கத்தை ஏற்படுத்தியது. இது, இடி அமினின் பொறுப்பற்ற முடிவு எடுத்தல், திறம்பட ஆட்சி செய்ய இயலாமையை வெளிச்சம் போட்டுக் காட்டியது. இடி அமினின் தலைமைத்துவம் உலக அரங்கில் உகாண்டாவை தனிமைப்படுத்தப்படுவதற்கும் வழிவகுத்தது. அவரது ஒழுங்கற்ற நடத்தை மற்ற நாடுகளுடனான ராஜதந்திர உறவுகளைச் சீர்குலைத்தது.

வரலாற்றுச் சான்றுகள் மற்றும் வல்லுநர் பகுப்பாய்வின் அடிப்படையில், இடி அமினின் தலைமையை நல்லதாக வகைப்படுத்த முடியாது என்பது தெளிவாகிறது. அவரது ஆட்சிக்காலம் காட்டுமிராண்டித்தனம், மனித உரிமை மீறல்கள், பொருளாதார வீழ்ச்சி மற்றும் சர்வதேச தனிமைப்படுத்தல் ஆகியவற்றால் குறிக்கப்பட்டது. அவர் அதிகாரத்திற்கு வந்தபோது மக்களில் சில பிரிவினரின் ஆதரவைப் பெற்றிருந்தாலும், ஒரு தலைவராக அவரது நடவடிக்கைகள் மற்றும் முடிவுகள் இறுதியில் உகாண்டாவுக்குப் பெரும் துன்பத்தையும் நீண்டகால எதிர்மறையான விளைவுகளையும் விளைவித்தன.

அவரது பெயருடன் தொடர்புடைய அச்சமும் வெறுப்பும் கட்டுப்பாடற்ற அதிகாரத்தின் அபாயங்களையும் தலைமைத்துவத்தில் ஜனநாயக விழுமியங்களையும் மனித உரிமைகளையும் நிலைநிறுத்துவதன் முக்கியத்துவத்தையும் அப்பட்டமாக நினைவூட்டுகின்றன இடி அமின் என்ற பெயரைக் குறிப்பிடுவது உலகெங்கிலும் உள்ள மக்கள் மனதில் அச்சத்தையும், அசௌகரியத்தையும், சங்கடமான உணர்வையும் தொடர்ந்து ஏற்படுத்துகிறது.

மனித ஆன்மா அதிர்ச்சிகரமான நினைவுகளைத் தக்கவைத்துக்கொள்ளும் திறனைக் கொண்டுள்ளது. குறிப்பாகத் தீவிர வன்முறை மற்றும் அடக்குமுறையுடன் தொடர்புடையவை. இடி அமினின் ஆட்சி நிலையான பயம் மற்றும் நிச்சயமற்ற சூழலை உருவாக்கியது. இது உகாண்டா மற்றும் சர்வதேசச் சமூகத்தின் கூட்டு நினைவில் ஆழமான முத்திரையைப் பதித்தது. எதேச்சதிகாரமான கைதுகள், காணாமல் போதல்கள், பகிரங்கமாக வன்முறைக் காட்சிகளின் நினைவுகள் அவற்றை அனுபவித்தவர்களைத் தொடர்ந்து துரத்துகின்றன. இது அவரது பெயரைப் பற்றிய நீடித்த அச்சத்தை வளர்க்கிறது.

இடி அமினின் ஆட்சியின் கொடூரங்களை உலகளாவிய பார்வையாளர்களுக்குப் பரப்புவதில் வெகுஜன ஊடகங்களின் வருகை குறிப்பிடத்தக்கப் பங்கைக் கொண்டிருந்தது. அவரது மிருகத்தனமான நடவடிக்கைகளின் படங்கள் மற்றும் அறிக்கைகள் பரவலாகப் பரப்பப்பட்டன. இது அவரை ஓர் இரக்கமற்ற சர்வாதிகாரியாக உலகளாவிய கண்ணோட்டத்திற்குப் பங்களித்தது. ஆவணப்படங்கள், புத்தகங்கள், திரைப்படங்கள் ஆகியவை அவரது பாரம்பரியத்தை மேலும் விரிவுபடுத்தி, எதிர்காலச் சந்ததியினர் அவரது அட்டூழியங்களைப் பற்றி அறிந்துகொள்வதை உறுதி செய்தன. இத்தகைய ஊடகங்கள் ஒரு வரலாற்றுப் பதிவாக மட்டுமல்லாமல், அவரது பெயருடன் தொடர்புடைய அச்சத்தையும் தக்க வைத்துக் கொள்கின்றன.

இடி அமினின் ஆட்சி ஏற்படுத்திய அதிர்ச்சி அவரது சகாப்தத்துடன் நின்றுவிடவில்லை; இது தலைமுறை தலைமுறையாக எதிரொலித்து வருகிறது. அவரது மிருகத்தனத்திலிருந்து தப்பிப்பிழைத்தவர்கள் தங்கள் அனுபவங்களையும் கதைகளையும் தங்கள் சந்ததியினருக்கு அனுப்பியுள்ளனர். இது தலைமுறை கடந்த அதிர்ச்சி என்று அழைக்கப்படுவதற்கு வழிவகுக்கிறது. இடி

அமினின் ஆட்சிக்குப் பின்னர் பிறந்தவர்கள் கூட அவரது அட்டூழியங்களின் விவரிப்புகளை வெளிப்படுத்தும்போது மன உளைச்சலையும் பயத்தையும் அனுபவிக்க முடியும். அதிர்ச்சியின் இந்தப் பாரம்பரியம் அவரது பெயருடன் தொடர்புடைய அச்சத்தை நிலைநிறுத்துகிறது. ஏனெனில், இது பல குடும்பங்களுக்குத் துன்பம் மற்றும் வலியின் அடையாளமாக உள்ளது.

இடி அமினின் பெயர் குறித்த அச்சம் கடந்த காலத்தின் பிரதிபலிப்பு மட்டுமல்ல, கட்டுப்பாடற்ற அதிகாரம் மற்றும் சர்வாதிகாரத்தால் ஏற்படக்கூடிய ஆபத்துகளை நினைவூட்டுகிறது. ஜனநாயக அமைப்புகளைப் பாதுகாப்பது, மனித உரிமைகளை நிலைநிறுத்துவது, சர்வாதிகாரத் தலைவர்களின் எழுச்சியைத் தடுப்பது ஆகியவற்றின் முக்கியத்துவத்தை எடுத்துக்காட்டும் ஓர் எச்சரிக்கைக் கதையாக அவரது கொடூரமான ஆட்சி செயல்படுகிறது. அவரது பெயரைச் சுற்றியுள்ள தொடர்ச்சியான அச்சம் அனைத்து வடிவங்களிலும் கொடுங்கோன்மை மற்றும் அடக்குமுறைக்கு எதிராக விழிப்புடன் இருக்க வேண்டியதன் அவசியத்தைக் கூட்டாக நினைவூட்டுகிறது. இடி அமின் என்ற பெயரின் அச்சம் என்பது வரலாற்றுக் கொடுமைகள், உளவியல் வடுக்கள், பரவலான ஊடகச் செய்திகள், அதிர்ச்சியின் தலைமுறைகளுக்கு இடையிலான பரிமாற்றம் ஆகியவற்றின் சிக்கலான கலவையாகும்.

ஒரு கொடூரமான சர்வாதிகாரியாக இடி அமினின் பாரம்பரியம் தொடர்ந்து பயத்தையும், அசௌகரியத்தையும், மனிதர்கள் ஒருவருக்கொருவர் திணிக்கக்கூடிய கொடூரங்களை நினைவூட்டுவதையும் தூண்டுகிறது. அவரது பெயருடன் தொடர்புடைய அச்சம் வரலாற்றை நினைவில்கொள்ள வேண்டியதன் அவசியத்தையும், மனித உரிமைகளை ஊக்குவிப்பதன் அவசியத்தையும், இதுபோன்ற அட்டூழியங்கள் ஒருபோதும் மீண்டும் நிகழாத ஓர் உலகத்தை நோக்கிச் செயல்பட வேண்டியதன் அவசியத்தையும் அடிக்கோடிட்டுக் காட்டுகிறது.

# 11. விடுதலை

1971 முதல் 1979 வரை உகாண்டாவில் இடி அமினின் ஆட்சி நாட்டின் வரலாற்றில் இருண்ட அத்தியாயங்களில் ஒன்றாகும். அவரது கொடூரமான ஆட்சி வன்முறை, மனித உரிமை மீறல்கள் மற்றும் பொருளாதார கொந்தளிப்பு ஆகியவற்றால் குறிக்கப்பட்டது. இறுதியில் இடி அமின் அதிகாரத்திலிருந்து அகற்றப்பட்டது உகாண்டா மக்களுக்கு விடுதலை உணர்வைக் கொண்டு வந்தது. அவர்களின் வாழ்க்கையைக் கணிசமாக மேம்படுத்தும் பல நன்மைகளைக் கொண்டிருந்தது.

இடி அமினின் ஆட்சியின்கீழ், உகாண்டாவின் அடிப்படை மனித உரிமைகள் திட்டமிட்டு மீறப்பட்டன. இது பரவலான துன்பத்திற்கும் கண்ணியத்தை இழப்பதற்கும் வழிவகுத்தது. இடி அமினின் ஆட்சி அகற்றப்பட்டது இந்த உரிமைகளை மீட்டெடுப்பதற்கான வாய்ப்பை வழங்கியது. பேச்சு, கருத்துச் சுதந்திரம், ஒன்றுகூடும் சுதந்திரம் ஆகியவை மீட்டெடுக்கப்பட்டு, பழிவாங்கலுக்கு அஞ்சாமல் தனிநபர்கள் தங்கள் கருத்துகளைக் கூற அனுமதிக்கப்பட்டனர். இந்தப் புதிய சுதந்திரம் உகாண்டா மக்கள் தங்கள் கண்ணியத்தை மீட்டெடுக்கவும் தங்கள் நாட்டின் எதிர்காலத்தை வடிவமைப்பதில் தீவிரமாகப் பங்கேற்கவும் அனுமதித்தது.

இடி அமினின் ஆட்சி அதன் அரசு ஆதரவு வன்முறைக்கும் இழிபுகழுக்கும் பெற்றது. எதேச்சதிகாரமான மரணதண்டனைகள், காணாமல் போதல்கள் மற்றும் காட்டுமிராண்டித்தனத்தின் பகிரங்க வெளிப்பாடுகள் குழப்பமான பொதுவானதாக மாறியது. இடி அமினின் நீக்கம் இந்தப் பயங்கரவாத ஆட்சிக்கு முற்றுப்புள்ளி வைத்தது. இது உகாண்டா சமூகத்தில் பரவியிருந்த தொடர்ச்சியான அச்சத்திலிருந்து விடுபட்டது.

குடும்பங்கள் இனி வன்முறையால் பிளவுபடவில்லை. அரசு ஆதரவு வன்முறையை நிறுத்தியது உகாண்டாவின் வரலாற்றில் ஒரு திருப்புமுனையைக் குறிக்கிறது. குடிமக்கள் தொடர்ந்து தீங்கு விளைவிக்கும் அச்சுறுத்தல் இல்லாமல் வாழ அனுமதித்தது.

இடி அமினின் ஆட்சி உகாண்டாவின் நிறுவனங்கள் மற்றும் நிர்வாகக் கட்டமைப்புகளின் அரிப்புக்கு வழிவகுத்தது. அவரது ஒழுங்கற்ற முடிவுகள், சட்டத்தின் ஆட்சியைப் புறக்கணிப்பது, ஊழல் ஆகியவை நாட்டின் நிர்வாக அமைப்புகளின் அடித்தளத்தைப் பலவீனப்படுத்தின. இடி அமினுக்குப் பிந்தைய சகாப்தம் இந்த நிறுவனங்களை மீண்டும் கட்டியெழுப்புவதற்கும், வெளிப்படைத்தன்மை, பொறுப்புக்கூறல் மற்றும் நல்லாட்சியை ஊக்குவிப்பதற்கும் ஒரு வாய்ப்பை வழங்கியது. புதிய தலைமையுடன், நாட்டின் நீண்டகால ஸ்திரத்தன்மை மற்றும் வளர்ச்சிக்கு அவசியமான நிர்வாகக் கட்டமைப்புகளைச் சீர்திருத்துவதற்கான முயற்சிகளை வழிநடத்த முடியும்.

அமினின் ஆட்சியின்கீழ் தவறான பொருளாதார நிர்வாகம் உகாண்டாவின் வீழ்ச்சிக்கு வழிவகுத்தது. இது அதிகப் பணவீக்கம், அத்தியாவசியப் பொருட்களின் பற்றாக்குறை மற்றும் திறமையான நபர்களின் வெளியேற்றத்தால் குறிப்பிடத்தக்க மூளை வடிகால் ஆகியவற்றால் குறிக்கப்பட்டது. இடி அமினுக்குப் பிந்தைய காலம் பொருளாதார மீட்சி மற்றும் வளர்ச்சிக்கு அனுமதித்தது. முதலீடுகளை ஈர்த்தல், கைத்தொழில்களை மீளக் கட்டியெழுப்புதல், கல்வி மற்றும் வேலைவாய்ப்பிற்கான வாய்ப்புகளை வழங்குதல் ஆகியவற்றை நோக்கமாகக் கொண்ட கொள்கைகள் பலனளிக்கத் தொடங்கின.

இடி அமினின் ஆட்சி அகற்றப்பட்டது பொருளாதாரத்தை மீண்டும் கட்டியெழுப்புவதற்கு உகந்த சூழலை உருவாக்கியது. இது உகாண்டா மக்களின் வாழ்க்கை நிலைமைகளை மேம்படுத்த வழிவகுத்தது. இடி அமினின் ஆட்சியிலிருந்து விடுதலை உகாண்டா மக்களுக்குப் பல நன்மைகளைக் கொண்டு வந்தது. இது ஒடுக்குமுறை, வன்முறை மற்றும் பொருளாதார வீழ்ச்சியின் ஒரு காலகட்டத்தின் முடிவைக் குறிக்கிறது. மனித உரிமைகள், கண்ணியம் மற்றும் ஸ்திரத்தன்மையை மீட்டெடுக்க அனுமதித்தது. இடி அமினின் ஆட்சி அகற்றப்பட்டது உகாண்டா தனது நிறுவனங்கள்,

நிர்வாகக் கட்டமைப்புகள் மற்றும் பொருளாதாரத்தை மீண்டும் கட்டியெழுப்ப ஒரு வாய்ப்பை வழங்கியது.

இது முன்னேற்றம் மற்றும் வளர்ச்சிக்கான களத்தை அமைத்தது. சவால்கள் எஞ்சியிருந்தாலும், இடி அமினின் ஆட்சியின் வடுக்கள் எளிதில் அழிக்கப்படவில்லை என்றாலும், விடுதலை உகாண்டா வரலாற்றில் ஒரு முக்கியமான தருணத்தைக் குறிக்கிறது. இது சுதந்திரம், நீதி, செழிப்பு ஆகியவற்றின் கொள்கைகளின் அடிப்படையில் கட்டமைக்கப்பட்ட ஒரு சிறந்த எதிர்காலத்திற்கான நம்பிக்கையை வழங்கியது.

1979ல் உகாண்டாவில் இடி அமின் அதிகாரத்திலிருந்து அகற்றப்பட்டது ஒரு கொடூரமான அடக்குமுறை ஆட்சியின் முடிவைக் குறிக்கிறது. இது ஒரு பிரகாசமான எதிர்காலத்திற்கான நம்பிக்கை ஒளியை வழங்கியது. இருப்பினும், அமினின் ஆட்சியிலிருந்து மாற்றம் அதன் சவால்கள் மற்றும் இழப்புகள் இல்லாமல் இல்லை. இடி அமினின் ஆட்சியிலிருந்து விலகியதால் கணிசமான பொருளாதாரச் சீர்குலைவு ஏற்பட்டது. அமினின் ஆட்சி ஏற்கெனவே உகாண்டா பொருளாதாரத்தைக் கொந்தளிப்பான நிலையில் வைத்திருந்தது. இது அதிகப் பணவீக்கம், அத்தியாவசியப் பொருட்களின் பற்றாக்குறை மற்றும் நாட்டின் பொருளாதார நடவடிக்கைகளில் முக்கியப் பங்கு வகித்த ஆசியச் சமூகத்தின் வெளியேற்றம் ஆகியவற்றால் ஏற்பட்டது. இடி அமினின் தவறான நிர்வாகத்தின் பின்விளைவுகளை நாடு எதிர்கொண்ட நிலையில், அவரது நீக்கம் பொருளாதாரத்தை மேலும் சீர்குலைத்தது.

பொருளாதார மீட்பு செயல்முறை கடினமானது. தொழில்களை மீண்டும் கட்டியெழுப்புவதற்கும், வெளிநாட்டு முதலீடுகளை ஈர்ப்பதற்கும், நிதி அமைப்பை ஸ்திரப்படுத்துவதற்கும் கணிசமான முதலீடுகள் மற்றும் சீர்திருத்தங்கள் தேவைப்பட்டன. இடி அமினின் ஆட்சியால் ஆசியச் சமூகம் வெளியேற்றப்பட்டதும், படித்தவர்கள் குறிவைக்கப்பட்டதும் ஏற்கெனவே உகாண்டாவிலிருந்து கணிசமான மூளை வடிதலை ஏற்படுத்தியிருந்தது. ஸ்திரமின்மை மற்றும் வன்முறை காரணமாகப் பல திறமையான தொழில் வல்லுநர்கள் நாட்டைவிட்டு வெளியேறியதால், அவரது ஆட்சியிலிருந்து விலகிய மாற்றம் மனித மூலதனத்தைத் தொடர்ந்து பாதித்தது.

இந்த நிபுணர்களின் இழப்பு சுகாதாரம், கல்வி, நிர்வாகம் உள்ளிட்ட பல்வேறு துறைகளில் தீங்கு விளைவிக்கும்

விளைவை ஏற்படுத்தியது. இந்தத் துறைகளை மீளக் கட்டியெழுப்புவதற்குப் பொருளாதார முதலீடுகள் மட்டுமன்றி,புதிய தலைமுறை தொழில் வல்லுநர்களைப் பயிற்றுவிப்பதற்கும் உருவாக்குவதற்கும் நேரம் தேவைப்பட்டது. இடி அமினின் ஆட்சி உகாண்டா சமூகத்தில் பிரிவினை மற்றும் அவநம்பிக்கையின் விதைகளை விதைத்தது. இன மற்றும் அரசியல் குழுக்களை இலக்காகக் கொண்ட அவரது கொள்கைகள் பிளவுகளை உருவாக்கின.

அவை அகற்றப்பட்ட பின்னரும் சமூக நல்லிணக்கத்தைத் தொடர்ந்து பாதித்தன. ஆட்சிக் காலத்தில் நல்லிணக்க முயற்சிகள் நடைபெற்றன. ஆனால், அமினின் அடக்குமுறை ஆட்சியால் ஏற்பட்ட காயங்கள் எளிதில் குணமடையவில்லை. நம்பிக்கையை மீண்டும் கட்டியெழுப்பவும், ஒற்றுமையை வளர்க்கவும், கடந்த காலத்தின் வடுக்களை நிவர்த்தி செய்யவும் குறிப்பிடத்தக்க முயற்சி மற்றும் வளங்கள் தேவை. அத்துடன் வரலாற்று அநீதிகளை நிவர்த்தி செய்வதற்கான அர்ப்பணிப்பும் தேவை.

இடி அமினின் ஆட்சி அகற்றப்பட்டது, உடனடியாக அரசியல் ஸ்திரத்தன்மைக்கு வழிவகுக்கவில்லை. அதற்குப் பதிலாக, உகாண்டா தொடர்ச்சியான அதிகார மோதல்கள் மற்றும் ராணுவத் தலையீடுகளை அனுபவித்தது. இது நிச்சயமற்ற தன்மைக்கும் அமைதியின்மைக்கும் பங்களித்தது. இடி அமினின் விலகலால் ஏற்பட்ட வெற்றிடம் பல்வேறு பிரிவினரிடையே அதிகாரப் போட்டிக்கு வழிவகுத்து அரசியல் ஸ்திரமின்மையை அதிகரித்தது. நாட்டின் முன்னேற்றத்தைத் தடுத்தது. அனைத்து உகாண்டா மக்களின் நலன்களைத் திறம்பட நிர்வகிக்கவும் பிரதிநிதித்துவப்படுத்தவும் ஒரு நிலையான அரசியல் அமைப்பை நிறுவுவதற்கான செயல்முறைக்கு நேரமும் முயற்சியும் தேவைப்பட்டன.

இடி அமினின் ஆட்சியிலிருந்து உகாண்டாவின் விடுதலை மிகவும் நியாயமான மற்றும் ஜனநாயகச் சமூகத்தை நோக்கிய ஒரு முக்கியமான படியாக இருந்தபோதிலும், அது பெருஞ்செலவுடன்தான் வந்தது. இடி அமின் நீக்கப்பட்டதைத் தொடர்ந்து ஏற்பட்ட பொருளாதாரச் சீர்குலைவு, மனித மூலதன வெளியேற்றம், சமூகச் சிதைவு, அரசியல் ஸ்திரமின்மை ஆகியவை நாட்டின் மீட்சிக்குக் குறிப்பிடத்தக்கச் சவால்களை முன்வைத்தன. இந்த மாற்றத்தின்போது ஏற்பட்ட இழப்புகள் அடக்குமுறை ஆட்சிகளை அகற்றுவதிலும், நாடுகளை

மீண்டும் கட்டியெழுப்புவதிலும் உள்ள சிக்கல்களை நினைவூட்டுவதாக இருந்தன.

இந்தச் சவால்கள் இருந்தபோதிலும், குணப்படுத்துதல், வளர்ச்சி மற்றும் முன்னேற்றத்தை நோக்கிய உகாண்டாவின் பயணம் அதன் மக்களின் மீள்திறன் மற்றும் உறுதியால் உந்தப்பட்டது.

இடி அமின் தனது ராணுவப் பின்னணியை மூலதனமாக்கி வலிமை மற்றும் கவர்ச்சியின் பிம்பத்தை முன்வைத்தார். உகாண்டா ராணுவத்தின் அணிகளில் உயர்ந்த இடி அமின், அரசியல் கொந்தளிப்பை அனுபவித்த ஒரு நாட்டிற்கு ஸ்திரத்தன்மையைக் கொண்டுவரக்கூடிய ஒரு வலுவான மனிதராகத் தன்னைக் காட்டிக் கொண்டார். அவரது கம்பீரமான உடல் இருப்பு, நாடக நடத்தை ஆகியவை மக்களின் கவனத்தை ஈர்த்தது. சில சர்வதேசப் பார்வையாளர்களின் பார்வையில் அவரை ஒரு கவர்ச்சிகரமான நபராக ஆக்கியது.

காலனித்துவத்திற்குப் பிந்தைய போராட்டங்களுக்கு அனுதாபம் கொண்ட உலகளாவிய பார்வையாளர்களை ஈர்க்க இடி அமின் திறமையாகக் காலனித்துவ எதிர்ப்புச் சொல்லாட்சியைப் பயன்படுத்தினார். தேசிய இறையாண்மைக்கு அவர் அளித்த வலியுறுத்தலும், மேற்கத்திய செல்வாக்கிற்கு எதிரான எதிர்ப்பும் தங்கள் சுதந்திரத்திற்காகப் போராடிய பல நாடுகளிடையே எதிரொலித்தன. ஏகாதிபத்தியம் மற்றும் நவகாலனித்துவத்திற்கு எதிரான இடி அமினின் பேச்சுக்கள் இதேபோன்ற வரலாற்றுக் குறைகளைக் கொண்டிருந்தவர்களை ஈர்த்து, அவரை ஆப்பிரிக்க விடுதலையின் பாதுகாவலராகச் சித்தரித்தன.

பனிப்போரின் புவிசார் அரசியல் சூழல் இடி அமினின் சர்வதேசப் பார்வையில் ஒரு பெரும்பங்கினைக் கொண்டிருந்தது. இடி அமின் ஆரம்பத்தில் மேற்கத்திய சக்திகளுடன், குறிப்பாக அமெரிக்கா மற்றும் இஸ்ரேலுடன் தன்னை இணைத்துக் கொண்டார். அமெரிக்காவிற்கும் சோவியத் யூனியனுக்கும் இடையிலான பனிப்போர் உச்சக்கட்டத்தில் இருந்த நேரத்தில் அவரது கம்யூனிச எதிர்ப்பு நிலைப்பாடு மேற்கத்திய நாடுகளின் நலன்களுடன் இணைந்தது. மேற்கத்திய நாடுகளுடனான இடி அமினின் கூட்டணிகள் அவரைச் சர்வதேசக் கண்டனங்களிலிருந்தும் ஆய்வுகளிலிருந்தும் தற்காலிகமாகப் பாதுகாத்தன.

இடி அமினின் ஆட்சி ஊடகங்களைக் கையாள்வதிலும், கவனமாகத் தொகுக்கப்பட்ட பிம்பத்தை உலகிற்குப்

பரப்புவதிலும் கைதேர்ந்தது. அவர் தனது ராணுவ வலிமையை வெளிப்படுத்தும் நிகழ்வுகளை நடத்தினார். அவரது தலைமையின்கீழ் உகாண்டாவை ஒரு நிலையான மற்றும் முற்போக்கான நாடாகச் சித்தரிக்க முயன்றார். தகவல்களின் மீதான ஆட்சியின் கட்டுப்பாடு அதன் மனித உரிமை மீறல்கள் மற்றும் தவறான பொருளாதார நிர்வாகத்தின் தீவிரத்தைக் குறைத்துக் காட்டும் பிம்பத்தை முன்வைக்க அனுமதித்தது. சர்வதேச ஊடகங்கள், சில நேரங்களில் இடி அமினின் விவரிப்புகளைப் பெரிதுபடுத்தி, அவரது உலகளாவிய பார்வைக்கு மேலும் பங்களித்தன.

தனக்கு விரிவான பட்டங்கள் மற்றும் பிரமாண்டமான கௌரவங்களை வழங்குவது போன்ற அடையாள நடவடிக்கைகளில் ஈடுபட இடி அமின் தயாராக இருந்தது, பெரும்பாலும் சர்வதேசப் பார்வையாளர்களின் கவனத்தை ஈர்த்தது அவர்களை மகிழ்வித்தது. இந்த நடவடிக்கைகள் விசித்திரமானவை மற்றும் நாடகத்தனமானவை என்று பார்க்கப்பட்டாலும், அவை உலகின் கவனத்தை ஈர்க்கும் ஒரு மறக்க முடியாத மற்றும் தனித்துவமான படத்தை உருவாக்குவதற்கான இடி அமினின் ராஜதந்திரத்தின் ஒரு பகுதியாகும் என்பதை நாம் மறக்கக்கூடாது.

இடி அமினின் உலகளாவிய புகழுக்கு அவரது ராணுவவாதப் பிம்பம், காலனித்துவ எதிர்ப்புச் சொல்லாட்சி, பனிப்போர் இயக்கவியல், ஊடக கையாளுதல் மற்றும் கலாசார மூலதனத்தின் சுரண்டல் உள்ளிட்ட காரணிகளின் கலவையாக இருக்கலாம். அவரது ஆட்சிக் காலத்தில் அவர் செய்த அட்டூழியங்கள் இருந்தபோதிலும், சர்வதேசச் சமூகத்தின் கவனத்தைச் சுருக்கமாக ஈர்க்க இந்தக் கூறுகள் அவரை அனுமதித்தன. இருப்பினும், அவரது புகழ் தற்காலிகமானது. அவரது கொடூரமான ஆட்சியைப் பற்றிய உண்மை இறுதியில் வெளிவந்தது. இது அவர் முன்னிறுத்திய எந்தவொரு மேலோட்டமான கவர்ச்சியையும் மறைத்தது. இடி அமினின் வழக்கு ஓர் எச்சரிக்கையாகவே செயல்படுகிறது. தலைவர்களின் பொது ஆளுமைகளின் கவர்ச்சிக்கு அடிபணியாமல் அவர்களின் நடவடிக்கைகள் மற்றும் கொள்கைகளை ஆராய்வதன் முக்கியத்துவத்தை இது எடுத்துக்காட்டுகிறது.

# 12. உகாண்டாவின் தற்போதைய பொருளாதார நிலைமை

உகாண்டா சமீபத்திய ஆண்டுகளில் நிலையான பொருளாதார வளர்ச்சி விகிதத்தை அனுபவித்துள்ளது. மொத்த உள்நாட்டு உற்பத்தி வளர்ச்சி விகிதம் ஆண்டுக்குச் சராசரியாக 5—6% ஆகும். இந்த வளர்ச்சி முதன்மையாக விவசாயம், சேவைகள் மற்றும் தொழில்துறையில் சில முன்னேற்றங்களால் இயக்கப்படுகிறது. உகாண்டாவின் பொருளாதாரத்தில் விவசாயம் ஒரு முக்கியத் துறையாக உள்ளது. இது பெரும்பான்மையான மக்களுக்கு வேலைவாய்ப்பு அளிக்கிறது. முக்கிய விவசாயப் பொருட்களில் காபி, தேயிலை, மக்காச்சோளம் மற்றும் பல்வேறு பணப்பயிர்கள் அடங்கும். இருப்பினும், குறைந்த உற்பத்தித்திறன், நவீன விவசாய நுட்பங்களுக்கு மட்டுப்படுத்தப்பட்ட அணுகல் மற்றும் காலநிலை மாற்றம் தொடர்பான அபாயங்கள் போன்ற சவால்களை இத்துறை எதிர்கொள்கிறது.

தொலைத்தொடர்பு, நிதி மற்றும் சுற்றுலா உள்ளிட்ட சேவைத்துறை குறிப்பிடத்தக்க வளர்ச்சியைக் கண்டுள்ளது. நாட்டின் பொருளாதாரத்தில் இது முக்கியப் பங்கு வகிக்கிறது. குறிப்பாக, கைப்பேசிப் பயன்பாடு அதிகரித்துள்ளதால் தொலைத்தொடர்புத் துறை விரிவடைந்துள்ளது. சாலைகள், எரிசக்தி, போக்குவரத்து உள்ளிட்ட உள்கட்டமைப்பு மேம்பாட்டில் உகாண்டா அரசு முதலீடு செய்துள்ளது. இந்த முயற்சிகள் நாட்டிற்குள் இணைப்பை மேம்படுத்துவதையும், வர்த்தகம் மற்றும் முதலீட்டை எளிதாக்குவதையும் நோக்கமாகக் கொண்டுள்ளன.

உகாண்டாவின் அரசாங்கம் பொருளாதாரத்தைப் பன்முகப்படுத்துவதற்கான ஒரு வழிமுறையாகத் தொழில் மயமாக்கலுக்கான உறுதிப்பாட்டை வெளிப்படுத்தியுள்ளது. தொழில் வளர்ச்சிக்கு உறுதுணையாக இருக்கும் கொள்கைகள் செயல்படுத்தப்பட்டுள்ளன. குறிப்பாக எரிசக்தி, விவசாயம், உற்பத்தி போன்ற துறைகளில் அன்னிய முதலீட்டுக்கு வரவேற்பு அளித்துள்ளது. இந்த முதலீடுகள் பொருளாதார வளர்ச்சிக்குப் பங்களிக்கும் என்று எதிர்பார்க்கப்படுகிறது. பொருளாதார வளர்ச்சியில் மனித மூலதனத்தின் முக்கியத்துவத்தை உணர்ந்து, கல்வி மற்றும் சுகாதாரத்திற்கான அணுகலை மேம்படுத்த அரசாங்கம் முயற்சிகளை மேற்கொண்டுள்ளது.

உகாண்டா இன்னும் அதிக அளவு வறுமை மற்றும் வருமானச் சமத்துவமின்மையை எதிர்கொள்கிறது. பொருளாதார வளர்ச்சி இருந்தபோதிலும், மக்கள்தொகையில் கணிசமான பகுதியினர் தொடர்ந்து வறுமைக் கோட்டிற்குக் கீழே வாழ்கின்றனர். உகாண்டாவில் ஊழல் ஒரு சவாலாக உள்ளது. முதலீட்டாளர்களைத் தடுப்பதன் மூலமும் வளங்களைத் தவறாக ஒதுக்குவதன் மூலமும் பொருளாதார முன்னேற்றத்தைத் தடுக்கலாம். உள்கட்டமைப்பு மேம்பாடுகள் இருந்தாலும், சில பகுதிகளில் நம்பகமான மின்சாரம், சாலைகள் மற்றும் போக்குவரத்துக்கான அணுகலில் இன்னும் இடைவெளிகள் உள்ளன. குறைந்த விவசாய உற்பத்தித்திறன் மற்றும் காலநிலை மாற்றம் தொடர்பான அதிர்ச்சிகளுக்கு ஆளாவது ஆகியவை உணவுப் பாதுகாப்பு மற்றும் பொருளாதார ஸ்திரத்தன்மைக்குச் சவால்களை ஏற்படுத்துகின்றன.

மொத்தத்தில் உகாண்டா மிதமான பொருளாதார வளர்ச்சியை அனுபவித்து வருகிறது. பொருளாதாரத்தைப் பன்முகப்படுத்தவும், உள்கட்டமைப்பை மேம்படுத்தவும், வெளிநாட்டு முதலீட்டை ஈர்க்கவும் அரசாங்கம் மேற்கொண்ட முயற்சிகள் பயனளித்து வருகின்றன. இருப்பினும், வறுமை, வருமானச் சமத்துவமின்மை, ஊழல் மற்றும் விவசாய உற்பத்தித்திறன் போன்ற குறிப்பிடத்தக்கச் சவால்கள் தொடர்ந்தன.

உகாண்டாவின் தற்போதைய பொருளாதார நிலைமை குறித்த மிகவும் துல்லியமான மற்றும் புதுப்பித்த தகவல்களைப் பெற, சர்வதேச அமைப்புகள், அரசாங்க வட்டாரங்கள் மற்றும் பொருளாதார ஆய்வாளர்களின் சமீபத்திய அறிக்கைகளைக் கணக்கில் கொள்வது சிறப்பு.

# 13. உலகளாவிய பார்வைகளும் புத்தகங்களும்

*1971 முதல் 1979 வரை உகாண்டாவின் சர்வாதிகாரியாக இடி அமினின் ஆட்சிக்காலம் வரலாற்றில் அழியாத முத்திரையைப் பதித்தது. இது மிருகத்தனம் மற்றும் மனித உரிமை மீறல்களால் உருவானது. இடி அமினின் தலைமைத்துவம் குறித்து உலகெங்கிலும் உள்ள முக்கிய நபர்களின் கருத்துகள் மாறுபட்டவை. இது சர்வதேச உறவுகள் மற்றும் உணர்வுகளில் அவரது தாக்கத்தின் சிக்கலான தன்மையைப் பிரதிபலிக்கிறது. இடி அமினைப் பற்றிக் குறிப்பிடத்தக்க நபர்கள் வெளிப்படுத்திய கருத்துகள் அவரது ஆட்சியின்போது எழுந்த உலகளாவிய முன்னோக்குகளை வெளிச்சம் போட்டுக் காட்டுகின்றன.*

## ஹென்றி கிஸ்ஸிங்கர் (Henry Kissinger)

*அமெரிக்காவின் முன்னாள் வெளியுறவு அமைச்சர் ஹென்றி கிஸ்ஸிங்கர் தனது நடைமுறை வெளியுறவுக் கொள்கை அணுகுமுறைக்குப் பெயர் பெற்றவர். அமினின் ஆட்சியின்போது, கிஸ்ஸிங்கர் உகாண்டாவுடன் ஓர் எச்சரிக்கையான உறவைப் பேணினார். இவர் இடி அமினின் கம்யூனிச எதிர்ப்பு நிலைப்பாட்டை அங்கீகரித்தார். இருப்பினும், கிஸ்ஸிங்கரின் ராஜதந்திர நடைமுறைவாதம் அமினின் தலைமை அல்லது நடவடிக்கைகளை அங்கீகரிப்பதைக் குறிக்கவில்லை.*

## டேனியல் அராப் மொய் (Daniel arap Moi)

கென்யாவின் முன்னாள் அதிபர் டேனியல் அரப் மொய், இடி அமினுடன் சிக்கலான உறவைக் கொண்டிருந்தார். இரு தலைவர்களும் ராஜதந்திரத் தொடர்புகளைக் கொண்டிருந்தாலும், அமினின் ஒழுங்கற்ற நடத்தை மற்றும் விரிவாக்கவாத அபிலாஷைகள் குறித்தும் மொய் எச்சரிக்கையாக இருந்தார். இரு தலைவர்களும் கிழக்கு ஆப்பிரிக்கப் பூகோள அரசியலின் சிக்கல்களை வழிநடத்திச் சென்றதால், அவர்களின் தொடர்புகள் பிராந்திய அரசியலால் செல்வாக்குப் பெற்றன.

## யாசர் அராபத் (Yasser Arafat)

பாலஸ்தீன விடுதலை இயக்கத்தின் (பி.எல்.ஓ) முன்னாள் தலைவர் யாசர் அராபத், இஸ்ரேலுக்கு எதிரான நிலைப்பாட்டைக் கொண்டிருந்ததால் இடி அமினுடன் உறவு வைத்திருந்தார். இடி அமினின் ஆட்சியிடமிருந்து அராபத்திற்கு ஆதரவு கிடைத்தது. உகாண்டாவைப் பாலஸ்தீனப் போராளிகளுக்கான தளமாக மாற்ற இடி அமின் முன்வந்தார். இருப்பினும், அமினுடனான அராபத்தின் தொடர்பு அவரது தலைமைக்குத் தனிப்பட்ட அங்கீகாரத்தை விட மூலோபாய நலன்களை அடிப்படையாகக் கொண்டது.

## ஹென்றி கபோட் லாட்ஜ் ஜூனியர் (Henry Cabot Lodge. Jr)

இடி அமினின் ஆட்சியின்போது ஐக்கிய நாடுகள் சபைக்கான அமெரிக்கத் தூதராக இருந்த ஹென்றி கபோட் லாட்ஜ் ஜூனியர், இடி அமினின் நடவடிக்கைகளைக் கடுமையாக விமர்சித்தார். இடி அமினின் மனித உரிமை மீறல்களைக் கண்டித்தார். இடி அமினின் காட்டுமிராண்டித்தனத்திற்குச் சர்வதேசக் கவனத்தை ஈர்ப்பதிலும், அவரது ஆட்சிக்கு எதிராக ஓர் ஒருங்கிணைந்த பதிலுக்கு அழைப்பு விடுப்பதிலும் லாட்ஜ் முக்கியப் பங்கு வகித்தார்.

## ஜான் பொம்பே மகுபுலி (John Pombe Magufuli)

ஜான் பொம்பே மகுபுலி இடி அமினின் ஆட்சிக்குச் சமகாலத்தில் இல்லை என்றாலும், தான்சானியாவின் முன்னாள் ஜனாதிபதி ஜான் பொம்பே மகுபுலி, இவர் இடி அமினின் நடவடிக்கைகளுக்கு எதிராகப் பேசினார். அவரது வீழ்ச்சிக்குப் பங்களித்தார். மகுபுலி உகாண்டா—தான்சானியா போரை ஆதரித்தார். இது இறுதியில் அமினை அதிகாரத்திலிருந்து அகற்ற வழிவகுத்தது.

### டெஸ்மண்ட் டுட்டு (Desmond Tutu)

தென்னாப்பிரிக்க ஆங்கிலிக்க ஆயரும் (South African Anglican bishop) நிறவெறி எதிர்ப்பு செயற்பாட்டாளருமான டெஸ்மண்ட் டுட்டு இடி அமினின் தலைமையையும் மனித உரிமை மீறல்களையும் விமர்சித்தார். இடி அமினின் ஆட்சியில் நடக்கும் அட்டூழியங்களை நிவர்த்தி செய்ய சர்வதேச நடவடிக்கை தேவை என்று அவர் குரல் கொடுத்தார்.

### சர்வதேச மனித உரிமைகள் அமைப்புகள்

அம்னெஸ்டி இன்டர்நேஷனல் மற்றும் மனித உரிமைகள் கண்காணிப்பகம் போன்ற அமைப்புகள் அமினின் தலைமையைக் கண்டித்ததோடு சித்திரவதை, கொலைகள் மற்றும் காணாமல் போதல் உள்ளிட்ட பல மனித உரிமை மீறல் வழக்குகளை ஆவணப்படுத்தின. அவர்களின் அறிக்கைகள் அமினின் ஆட்சிக்கு உலகளாவிய கண்டனத்திற்குப் பெரும் பங்களித்தன.

உலகெங்கிலும் உள்ள முக்கியப் பிரமுகர்கள் இடி அமினின் தலைமையைப் பற்றி பலவிதமான கருத்துகளை வெளிப்படுத்தினர். இது அக்காலத்தின் சிக்கலான புவிசார் அரசியல் இயக்கவியல் மற்றும் மூலோபாய பரிசீலனைகளைப் பிரதிபலித்தது. சில தலைவர்கள் பகிரப்பட்ட நலன்கள் அல்லது பிராந்தியப் பரிசீலனைகள் காரணமாக இடி அமினுடன் தொடர்பு கொண்டாலும், மற்றவர்கள் அவரது மனித உரிமை மீறல்கள் மற்றும் காட்டுமிராண்டித்தனத்தைக் கண்டிப்பதில் குரல் கொடுத்தனர்.

கருத்துகளின் பன்முகத்தன்மை உலகளாவிய அரசியலில் இடி அமினின் தாக்கத்தின் பன்முகத் தன்மையை எடுத்துக்காட்டுகிறது. அவரது ஆட்சி குறித்த சர்வதேச நபர்களின் கண்ணோட்டங்களை மதிப்பிடும்போது வரலாற்றுச் சூழலைக் கருத்தில்கொள்வதன் முக்கியத்துவத்தை அடிக்கோடிட்டுக் காட்டுகிறது. இடி அமினின் வாழ்க்கை வரலாறு ஒரு சிக்கலான,அவ்வப்போது குழப்பமான கதையாடல்களை உள்ளடக்கியதாகும். அதனால்தான் இடி அமினின் வாழ்க்கை வரலாற்றாசிரியர்கள், அறிஞர்கள் மற்றும் ஆர்வமுள்ள வாசகர்களைத் தொடர்ந்து கவர்ந்திழுக்கிறது.

மிருகத்தனமான சர்வாதிகாரிக்குப் பின்னால் இருக்கும் மனிதனைப் பற்றி ஆழமான புரிதலைப் பெறவும் அவர் அதிகாரத்திற்கு உயர்ந்தது, பயங்கரவாத ஆட்சி மற்றும்

இறுதியில் வீழ்ச்சி ஆகியவற்றை ஆவணப்படுத்திய புத்தகங்களை நோக்கி நாம் திரும்பிச் செல்லவேண்டும். வரலாற்றுச் சான்றுகள் மற்றும் வல்லுநர் பகுப்பாய்வு ஆகியவற்றின் ஆதரவுடன் இடி அமினின் வாழ்க்கை வரலாற்றைப் பற்றிய மதிப்புமிக்க தகவல்களை வழங்கும் அத்தியாவசியப் புத்தகங்களின் பட்டியலைப் பின்வருமாறு.

## State of Blood: The Inside Story of Idi Amin - Henry Kyemba

அமினின் ஆட்சியிலிருந்து தப்பியோடிய முன்னாள் உகாண்டா அரசாங்க அதிகாரி ஹென்றி கீம்பா எழுதிய 'எ ஸ்டேட் ஆஃப் பிளட்: தி இன்சைட் ஸ்டோரி ஆஃப் இடி அமின்' அமினின் ஆட்சி குறித்த ஓர் உள் கண்ணோட்டத்தை வழங்குகிறது. அமினின் தலைமைத்துவத்தை அடையாளப்படுத்திய குழப்பம், காட்டுமிராண்டித்தனம் மற்றும் அரசியல் சூழ்ச்சிகள் பற்றிய நேரடி விளக்கத்தை இந்தப் புத்தகம் வழங்குகிறது.

## Idi Amin: Hero or Villain? - Margaret Akulia, Jaffar Amin

உகாண்டாவைச் சேர்ந்த பத்திரிகையாளரால் எழுதப்பட்ட 'இடி அமினின் வாழ்க்கை வரலாறு' என்ற சுயசரிதை இது. இடி அமினின் எளிமையான தொடக்கத்திலிருந்து ராணுவ அதிகாரியாகவும், இறுதியில் சர்வாதிகாரியாகவும் உயர்ந்தது வரை அவரது வாழ்க்கையை ஆராய்கிறது. அமினின் வசீகரம் மற்றும் அவரது இரக்கமின்மை இரண்டையும் ஆராய்ந்து ஒரு சீரான சித்தரிப்பை இந்தப் புத்தகம் முன்வைக்கிறது.

## Amin: The Rise and Fall - David Gwyn

'அமின்: தி ரைஸ் அண்ட் ஃபால்' இடி அமினின் வாழ்க்கையையும் அவரது ஆட்சியின் சமூக—அரசியல் சூழலையும் பற்றிய ஆழமான பகுப்பாய்வை வழங்குகிறது. இடி அமினின் ஆரம்ப ஆண்டுகள், ராணுவ வாழ்க்கை மற்றும் அவர் அதிகாரத்திற்கு வருவதற்குப் பங்களித்த காரணிகளை இந்தப் புத்தகம் ஆராய்கிறது.

## Idi Amin: Death-light of Africa - David Gwyn

டேவிட் வாட்ஸ் எழுதிய இந்தச் சுயசரிதை இடி அமினின் ஆளுமை மற்றும் செயல்களின் சிக்கல்களை வெளிப்படுத்த முயல்கிறது. இடி அமினின் விசித்திரங்கள், ஊடகங்களின் கையாளுதல் மற்றும் அவரது ஆட்சிக்கு உலகளாவிய எதிர்வினை ஆகியவற்றை இந்தப் புத்தகம் ஆராய்கிறது.

## Dictatorland: The Men Who Stole Africa - Paul Kenyon

பால் கென்யோன் எழுதிய ‘டிக்டேட்டர்லேண்ட்: ஆப்பிரிக்காவைத் திருடிய மனிதர்கள்’ என்ற இந்தப் புத்தகம் இடி அமினை மட்டுமே மையமாகக் கொண்டிருக்கவில்லை என்றாலும், அமின் உள்ளிட்ட ஆப்பிரிக்கச் சர்வாதிகாரிகள் மற்றும் அவர்களின் ஆட்சிகளின் தாக்கம் குறித்த பரந்த கண்ணோட்டத்தை வழங்குகிறது. இது அதிகாரத்தின் இயக்கவியல் மற்றும் சர்வாதிகார ஆட்சியின் விளைவுகளை வெளிச்சம் போட்டுக் காட்டுகிறது.

### ‘இடி அமின் ஒரு சிறுகுறிப்பு நூற்பட்டியல்’

ராபர்ட் ஜே.போஸ்டாக் எழுதிய ‘இடி அமின்: ஒரு சிறுகுறிப்பு நூற்பட்டியல்’ இடி அமின் பற்றிய அறிவார்ந்த படைப்புகளுக்கு விரிவான வழிகாட்டியைத் தேடுபவர்களுக்கு, ஒரு மதிப்புமிக்க ஆதாரமாகும். இது மேலும் ஆராய்ச்சிக்காகப் பரந்த அளவிலான புத்தகங்கள், கட்டுரைகள் மற்றும் ஆவணங்களைத் தொகுக்கிறது.

இடி அமினின் வாழ்க்கை வரலாறு வாசகர்களைத் தொடர்ந்து திகிலூட்டும் ஒரு சிக்கலான கதை ஆகும். இந்தப் பரிந்துரைக்கப்பட்ட புத்தகங்கள் பலவிதமான கண்ணோட்டங்களை வழங்குகின்றன. இது இடி அமினின் அதிகார உயர்வு, அவரது பயங்கரவாத ஆட்சி மற்றும் அவரது இறுதி வீழ்ச்சி ஆகியவற்றைப் பற்றி வாசகர்களுக்கு மிகவும் நுணுக்கமான புரிதலை வழங்கும்.

கவனமான பகுப்பாய்வு மற்றும் வரலாற்றுச் சான்றுகள் மூலம், இந்தப் புத்தகங்கள் நவீன வரலாற்றில் மிகவும் மோசமான சர்வாதிகாரிகளில் ஒருவரின் ஆளுமை, உந்துதல்கள் மற்றும் செயல்களை வெளிச்சம் போட்டுக் காட்டுகின்றன.

# 14. இடி அமின் வரலாற்றின் காலவரிசை மற்றும் முக்கிய அம்சங்கள்

*1925:* இடி அமின் பிறப்பு

*1945:* 'கிங்ஸ் ஆப்பிரிக்கன் ரைஃபிள்ஸ்' ராணுவ அமைப்பில் சேர்ந்து, கென்யாவில் பிரிட்டிஷ் ஆதிக்கத்துக்கு எதிராகத் தொடங்கப்பட்ட 'மவ் மவ்' புரட்சியை ஒடுக்குவதில் பிரிட்டிஷ் ராணுவம் சார்பாகப் பணியாற்றினார்.

*1952:* மூன்று முறை தொடர்ந்து உகாண்டாவின் குத்துச்சண்டை ஹெவிவெயிட் சாம்பியன்.

*1951:* உகாண்டா ராணுவத்தில் பதவி உயர்வு பெற்று சார்ஜண்ட் ஆனார்

*1961:* பிரிட்டிஷ் ராணுவத்தில் லெப்டினண்ட் பதவிக்கு உயர்ந்தார்.

*1962:* உகாண்டா, பிரிட்டனிடமிருந்து விடுதலை பெற்றது. உகாண்டாவின் அதிபர் ஒபாடேவின் ஆட்சியில் ராணுவ அதிகாரியாகப் பதவி ஏற்றார்.

*1963:* ராணுவ மேஜராகப் பதவி உயர்வு.

*1966:* மேஜர் ஜெனரல் ஆன இடி அமின் தரைப்படை மற்றும் வான்படையின் தலைமைப் பதவியில் அமர்ந்தார்.

*1969:* ஒபாடேவின் ஆட்சியைக் கலைப்பதற்கான முயற்சி ஆரம்பம்.

*1971:* ஒபாடே சிங்கப்பூர் சென்ற சமயம் ராணுவ கலகம் மூலம் ஆட்சியைக் கைப்பற்றினார் இடி அமின்.

*1972:* ஆசிய மக்கள் வெளியேற்றம்

*1973:* இடி அமினின் மோசமான நிர்வாகத்தினை தொடர்ந்து உகாண்டா கடினமான பொருளாதார நிலையை எதிர்கொண்டது.

*1976:* எண்டெபே விமான நிலைய கடத்தல் சம்பவம்

*1979:* தான்சானியா போர். இடி அமின் சவுதி அரேபியாவில் தஞ்சம்

*2003:* சவுதி அரேபியாவில் தஞ்சமடைந்த இடி அமின் நீண்டநாள் கோமாவில் இருந்து உயிர் துறந்தார்.